புத்த மணியோசை

தொகுப்பும் மொழியாக்கமும்

கே. நல்லதம்பி

எதிர்
வெளியீடு

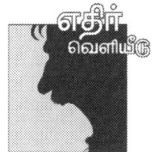

புத்த மணியோசை

தொகுப்பும் மொழியாக்கமும்: கே. நல்லதம்பி

முதல் பதிப்பு: ஜனவரி 2022

எதிர் வெளியீடு,
96, நியூ ஸ்கீம் ரோடு, பொள்ளாச்சி – 642 002
தொலைபேசி: 04259 226012, 99425 11302
விலை: ரூ. 180

Budha Maniyosai
Compiled and Translated by K. Nallathambi

Copyright © K. Nallathambi
First Edition: January 2022

Published by
Ethir Veliyeedu, 96, New Scheme Road, Pollachi– 642 002
email: ethirveliyedu@gmail.com
www.ethirveliyedu.in

ISBN: 978-93-90811-58-8
Cover Design: Santhosh Narayanan
Printed at Jothy Enterprises, Chennai.

All rights reserved. No part of this book may be reprinted or reproduced or utilised in any form or by any electronic, mechanical or other means, now known or hereafter invented, including Photocopying and recording, or in any information storage or retrieval system, without permission in writing from the Publisher.

கதைகள்

துங்கபத்ராவின் மாமரமும் மதராசின் குயிலும் 05
அ ஸ்மால் வர்ல்ட் 15
நார்மண்டியின் நாட்கள் 29
ஈயைத் துரத்திக்கொண்டு! 43
பயணம் 53
தோள்கள் 71
பிளாக் விடோ 83
நான் கொன்ற பெண் 99
புத்த மணியோசை 119
டைபிஸ்ட் நிராகரித்த கதை 131

கே. நல்லதம்பி

பிறப்பு மைசூரில். படிப்பு B.A.வரை. ஒரு தனியார் கம்பெனியில் வியாபாரப் பிரிவின் அகில இந்திய மேலாளராக 35 வருடங்கள் வேலை பார்த்து, ஓய்வுபெற்றவர். நிழற்படக் கலையில் ஆர்வமிக்கவர். பல உலக மற்றும் தேசியக் கண்காட்சிகளில் இவரது நிழற்படங்கள் பார்வைக்கு வைக்கப்பட்டு, பல பரிசுகளும் பெற்றிருக்கின்றன. இந்தியா லலித கலா அகாதமியில் இவரது 6 புகைப்படங்கள் நிரந்தர அருங்காட்சியகத்தில் இருக்கின்றன. கன்னடத்திலிருந்து தமிழுக்கும், தமிழிலிருந்து கன்னடத்திற்கும் கவிதைகள், சிறுகதைகள், கட்டுரைகளை மொழிபெயர்த்துள்ளார். அவை பல கன்னட மற்றும் தமிழ் இதழ்களில் வெளியாகியுள்ளன.

குவெம்பு பாஷா பாரதி வெளியீடுகளான பெரியார் விசாரகளு (2017), தெங்கனமஹிளா லேககரு (2016), நிச்சம் பொசது (2016) தொகுப்புகளில் பல தமிழ்க் கட்டுரைகளை கன்னடத்திற்கு மொழிபெயர்த்துள்ளார். குவெம்பு பாஷா பாரதிக்காக – சங்கக் கவிதைகள் சிலவற்றை கன்னட எழுத்தாளர் திருமதி லலிதா சித்தபசவய்யாவுடன் இணைந்து மொழிபெயர்த்திருக்கிறார்.

கன்னடத்திலிருந்து தமிழுக்கு 15 நூல்களையும் தமிழிலிருந்து கன்னடத்திற்கு 10 நூல்களையும் மொழிபெயர்த்துள்ளார். கனடத்தில் இவருடைய 'கோஷிஷ் கவிதைகள்' என்ற கவிதைத்தொகுப்பொன்றும் வெளியாகியுள்ளது.

விருதுகள்:

1. திசை எட்டும் – மொழியாக்க விருது – ஒரு புளியமரத்தின் கதை (சுந்தர ராமசாமி) கன்னடத்திற்கு. (2018)
2. கனவு சுப்ரபாரதி மொழியாக்க விருது (2019)
3. ஸ்பேர்ரோ டிரஸ்ட் – மொழியாக்க விருது (2020)

கர்நாடக சாகித்திய அகாதமி உறுப்பினர் (2020–21)
தற்போது பெங்களூரில் வசிக்கிறார்.

கிருஷ்ணமூர்த்தி சந்தர்

1954இல் பிறந்தவர். மைசூர் பல்கலைக்கழகத்திலிருந்து Med., M.A. Phd பதவிகளைப் பெற்று, பிறகு கனடாவின் யார்க் பல்கலைக்கழகத்தில் ஆய்வு செய்துள்ளார். மைசூர் பல்கலைக்கழகத்தில் ஆங்கிலத் துறையில் பேரசியராகவும், தலைவராகவும் பணியாற்றி ஓய்வுபெற்றவர். கன்னடம் மற்றும் ஆங்கிலத்தில் இருபத்தி ஐந்திற்கும் அதிகமாக நூல்களை எழுதியுள்ளார்.

தற்போது மைசூரில் வசிக்கிறார்.

துங்கபத்ராவின் மாமரமும் மதராசின் குயிலும்

புகழ் பெற்ற நாவலாசிரியர் அகாத கிறிஸ்டி சிறந்த எழுத்தைப் பற்றி எழுதும்போது, 'எப்போது, எங்கே ஊக்கம் கிடைக்கும் என்பதை சொல்லவே முடியாது. அதற்கு எடுத்துக்காட்டாக அவர் லண்டன் ட்யூப் ஸ்டேஷன் அருகில் இருந்தபோது யாரோ அறிமுகமில்லாத மனிதன் சொன்ன மிகச் சாதாரணமான வாக்கியமொன்று அவருக்கு நாவல் ஒன்றை எழுதத் தூண்டியது' என்று சொல்லியிருந்தார். இன்று அதுபோலான அனுபவம் ஒன்றை உங்கள் முன் வைக்கிறேன். இது கதை என்றால் கதையல்ல, நினைவென்றால் நினைவல்ல, நிகழ்வென்றால் நிகழ்வல்ல, சரித்திரம் என்றால் சரித்திரம் அல்ல, சுயசரிதம் என்றால் அதல்ல, இவைகள் அனைத்தின் முழுமையான கலவை – 'சீம்லெஸ்' ஆன ஒரு வகை பின் நவீன விளக்கம் – கேளுங்கள் இப்போது!

இது ஆரம்பமானது குரூஜி – பண்டித் தாராநாத் அவர்களின் இல்லத்தில்! எப்போதும் போல நான் வகுப்பை முடித்துக்கொண்டு அவர் எதிரில் அமர்ந்து டீ அருந்திக்கொண்டிருக்கும் போது எனது கைபேசிக்கு யாரோ அழைப்பு விடுத்தார். அதில் இருக்கும் ரிங்டோன் சஞ்சய் சுப்ரமணியம் பாடியுள்ள "யாரோ இவர் யாரோ" கீர்த்தனையின் முதல் இரண்டு வரிகள் – பைரவி ராகம்! குருக்கள் "இது என்னய்யா இதை போட்டிருக்கிறாய்?" என்றார். "ஏன் சார்" என்றேன். 'சும்மா கேட்டேன்' என்றார். நான் "குரூஜி இதை

டி.கே. பட்டம்மாள் பிரபலப்படுத்தினார்'' என்றேன். "இல்லப்பா, அதுக்கும் முதல்ல நான் இதைக் கேட்டிருக்கிறேன்'' என்றார். "எப்போது?'' என்றேன். "பேசாமல் என் பேச்சைக் கேள்'' என்று கதையை ஆரம்பித்தார்.

பண்டித் தாராநாத் என்றால் முனைவர் ராஜீவ் தாரநாதின் தகப்பனார். அவர் இருந்தது சுதந்திரத்திற்கு முன்னான நிஜாம் அவர்களின் ஆந்திராவில். நிரந்தரப் போராளி என்றால் இவர்தான். ஏதோ காரணத்திற்காக நிஜாம் இவர் மீது கோபம் கொண்டு உடனே இவரைக் கைது செய்து, கைதிகளின் சிம்ம சொப்பனமான கோல்கொண்டா சிறையில் அடைக்குமாறு கட்டளையிட்டான். கோல்கொண்டா சிறை என்றால் இறந்த கணக்குத்தான். தாராநாத் அப்போது ராயச்சூரில் ஹம்தர்த் பள்ளிக்கூடம் நடத்திக்கொண்டிருந்தார். போதாதற்கு ஆயுர்வேத சிகிச்சை நிலையம் வேறு! ராயச்சூர் நிஜாமுக்கு சேர்ந்த மாநிலம். அங்கிருந்த அரசாங்க அதிகாரியின் பெயர் குர்ஷீத் யார் ஜங் சாகேப் என்பதாகும். தாராநாத் அவர்களின் விசுவாசமான மாணவன். தன் குருவையே கைது செய்து விடுதலையே இல்லாத கோல்கொண்டா சிறைக்கு அனுப்பும் கட்டளை அவன் கை சேர்ந்தது. அவன் செய்த வேலையைப் பாருங்கள்!

இரவு அவன் தாராநாத் அவர்களிடம் வந்து ராயச்சூர் அருகில் இருக்கும் துங்கபத்ராவில் மோசமான நிலையில் நோயாளி ஒருவன் இருப்பதாகவும் தாராநாத் அவனைப் பார்த்து உடனே சிகிச்சை அளித்தால் அவன் உயிர் பிழைப்பான் என்றும் சம்மதிக்கவைத்து அழைத்துக்கொண்டு நடுஇரவில் துங்கபத்ரா நதியைக் கடந்து எதிர்க்கரையை வந்தடைந்தார்கள். இந்தப் பக்கம் ஆங்கிலேய சாம்ராஜ்ஜியம். நதிக்கு அந்தப் பக்கம் நிஜாம் மாநிலம்! தாராநாத் தம் மருந்துப்பெட்டியை எடுத்து "எங்கே பேசண்ட்?''என்றார். அப்போது அந்தக் கலெக்டர் நாடுகடத்தும் கட்டளையை காட்டி தான் செய்த காரியத்திற்கு மன்னிப்புக்கோரினான்! பண்டித் தாராநாத் பிரிட்டிஷ் பாரதத்தில் நிலைத்தது, சேவை மையங்கள், மருத்துவ நிலையங்களை ஆரம்பித்தது இது போலானா கட்டுக்கதை!

'இந்த மனுசனுக்கு டைம் எங்க கிடைக்குது சார்?' என்று இடையில் கேட்டு 'சும்மா இருய்யா' என்று திட்டு வேறு வாங்கிக் கொண்டேன்! இந்த நிறுவனத்தின் திறந்த வெளியில் மாவட்ட காங்கிரஸ் மாநாடு நடத்தி ஆயிரக்கணக்கான மக்கள் கூடும்படி செய்திருந்தாரப்பா இவர். அப்போது இந்த காங்கிரஸ் மாநாட்டிற்கு

வந்த தலைவர் யார் தெரியுமா? சுபாஷ் சந்திர போஸ், அப்போது நான் இன்னும் சின்னக் குழந்தை' என்றார் தாராநாத்.

'ஆகட்டும், கதையைத் தொடருங்கள்' என்றேன்.

தாராநாத் அவர்களின் தங்கை லீலா மதராசில் படித்துக்கொண்டிருந்தார். அவருடைய செலவையெல்லாம் தாராநாத் தான் ஏற்றுக்கொண்டிருந்தார். அவர் படித்துக்கொண்டிருந்த நிறுவனம் ஆங்கிலேயருக்கு சேர்ந்த க்வீன் மேரீஸ் கல்லூரி – பிரபலமான கல்லூரி. தாராநாத் அதுவரை காங்கிரஸ் நிறுவனத்துடன் தன்னை அடையாளப்படுத்திக்கொண்டிருந்தார்.

'இந்த லீலாவின் படிப்பிற்கும், விடுதிச் செலவுக்கும் பணம் அனுப்பிக்கொண்டிருந்தது தாராநாத் என்று சொன்னேனல்லவா, அவருடன் தங்கி இருந்த விடுதியின் ரூம் மேட்டின் பெயர் சுமதி பாய்! தமிழ்க்காரி. அவளுடைய அம்மா அந்தக்காலத்தில் பெரும்பான்மையாக இருந்த காசநோயோ, அம்மையோ வந்து இறந்தபின் அவளுடைய அப்பா மறுமணம் செய்துகொண்ட இரண்டாம் மனைவியால் எட்டோ பத்தோ பிள்ளைகள் பிறந்து மீதம் இருந்தவை மூன்று! இந்த முதல் மனைவியின் மகள் ஆரம்பத்திலிருந்தே துடுக்கு, வேக வேகமாக மொழிகளைக் கற்கும் சுட்டி! எப்போதும் போலான மாற்றாந்தாயின் பொறாமைதான், பத்து வருடத்திற்குள் அவள் மகளுக்கு திருமணம் செய்துவிட்டாள். இவளைத் திருமணம் செய்துகொண்டவன் இந்த சுமதியின் அம்மா வகைத் தம்பி! இந்த மாற்றான் தாய் இறந்ததுவும் காசநோயால்! என்ன அதிசயம் பாருங்கள்! இந்தக் கல்யாணப் பெண்ணின் வயது பத்தோ, பன்னிரெண்டோ, மணமகனுக்கு பதிநான்கு! இன்னும் திருமணச் சடங்குகள் முழுமையடையாத வயசு! தன் மகள் திருமணமான பெண், மிகவும் புத்திசாலி என்று அறிந்திருந்த தந்தை, பிரபல வக்கீல் பெரிய மனது செய்ததால், அவள் வயதிற்கு வந்து குடும்பம் நடத்தும்வரை கல்வி கற்கட்டும் என்று முடிவு செய்து அவளை கல்லூரியில் சேர்த்தார். அதுவும் மதராசின் க்வீன் மேரீஸ் கல்லூரி! அங்கே இந்தப்பெண்ணின் ரூம் மேட் ஆனவள் லீலா! என்ன கோயின்சிடெண்ட்ஸ்! எங்கயா மாமரம்?

இங்கே பண்டித் தாராநாத் கிலாபத் போராட்டத்தில் இறங்கியிருந்தார். கிலாபத் போராட்டத்திற்கு தலைமை தாங்கியவர்கள் இரு சகோதரர்கள். மௌலானா சௌகத் அலி மற்றும் மௌலானா மொஹமத் அலி. தாராநாத் அற்புதமான பேச்சாளராக இருந்ததாலும்,

உருதுவில் சரளமாக மேடையில் பேசக்கூடியவரானதால் சௌகத் அலியுடன் அவருடைய பயணம், மேடைப் பேச்சு! சௌகத் அலி அவர்களே நீங்கள் பேசுங்கள் என்று சொல்லிவிடுவாராம்! எங்கயா குயில்!

கிலாபத் போராட்டத்தில் ஈடுபட்டதால் பண்டித் தாராநாத்துக்கு தன் தங்கை கல்வி கற்கும் ஆங்கிலேய கல்லூரிக்கு சப்போர்ட் செய்வது சரியல்ல என்று தோன்றியிருக்கலாம், இனி நீ இதே கல்லூரியில் படிப்பைத் தொடர்வதானால் என்னால் பணம் அனுப்ப இயலாது என்று கடிதம் எழுதிப் போட்டுவிட்டார். வேண்டுமானால் பூனாவில் இருக்கும் மகரிஷி கர்வே நடத்தும் கல்லூரியில் சேர்த்துவிடுகிறேன், எப்போதும் போல பணம் காசு அனுப்புகிறேன் என்று வாக்களித்தார். ஆனால் மதராஸ் எங்கே? பூனா எங்கே? எங்கயா மாமரம்? இது நடக்காது என்று தெரிந்தபோது பண்டித் தாராநாத் தங்கையைக் காண மதராஸ் வந்தார். விடுதிக்குச் சென்றார். சொல்லி அனுப்பினார். ஆனால் லீலா பக்கத்து நிறுவனத்திற்கு ஏதோ வேலையாக சென்றிருந்தாள். அவளுடைய அறையிலிருந்த தமிழ்ப்பெண் யாரோ பார்வையாளர் வந்திருப்பதாக அறிந்து பார்க்க வந்த போது கண்டது இவரை! பணம் காசு அனுப்பமுடியாது என்று கடிதம் எழுதியவர் நீங்கள் தானே? என்று அந்தச் சிறிய வயதுப்பெண் தன் சரளமான ஆங்கிலத்தில் பண்டித் தாராநாத்தின் கொட்டத்தை அடக்கி, ஒரு வழி செய்துவிட்டாள்! ஆங்கிலம், உருது, சம்ஸ்கிருதம், கன்னடம், தெலுங்கு, ஃபார்ஸி இதுபோல பல மொழிகளில் புலமை பெற்றிருந்த பண்டித் தாராநாத் அவர்களை, ஆங்கிலத்தில் ஒரு பிடிபிடித்துவிட்டாள் இந்தப்பெண்! ஆங்கிலத்தில் இந்திய மொழிகளில் இருப்பதைப்போல பன்மை இல்லாதிருப்பது அவளுக்கு உதவியாக இருந்திருக்கலாம்! இதன் முடிவு என்னவானதென்றால் தாராநாத் தங்கையைப் பார்க்கக் காத்திருக்காமலேயே திரும்பிவிட்டார்!

தாராநாத் ஆசிரமம் என்றால் எல்லாம் வெட்டவெளிச்சம்! எதற்கும் பூட்டுப் பூட்டக்கூடாது என்பது விதி! கதவுகளுக்கு அப்போது உபயோகத்திலிருந்த டிரங்க் பெட்டிகளுக்கு எதற்கும் பூட்டு, சாவி இருக்கக்கூடாது என்ற நம்பிக்கை. இப்படி இருக்கும்போது யாரோ வேண்டப்படாதவர் தாராநாத் அவர்களின் இரும்புப்பெட்டியில் கைத்துப்பாக்கி ஒன்றையும், தோட்டாக்களையும் பதுக்கி வைத்து போலீசுக்கு புகார் செய்து ரைடு கூட நடக்கும்படி செய்தார்கள். தாராநாத் அவர்களின் பெட்டியிலேயே ஆதாரங்கள் இருந்தன.

அப்போது துங்கபத்ரா ரயில் பாதையில் பம்பாயிலிருந்து மதராசுக்கு அரூபமாக ரயில் இருந்தது. பாம்பாய் பிரசிடன்சியிலிருந்து மதராஸ் பிரசிடென்சிக்கான தொடர்பு. இதில் அப்போதைய அதிகாரியாக இருந்த லார்ட் வெலிங்டனின் பயணம் நிர்ணயிக்கப்பட்டிருந்தது. தாராநாத் மீது சுமத்தப்பட்ட முக்கியமான குற்றம் லார்ட் வெலிங்டன் இருந்த ரயிலில் அவர் மேல் குண்டு பாய்ச்சி கொலை செய்ய முயல்வதாக! அந்த குற்றம் நிரூபிக்கப்பட்டிருந்தால் பண்டித் தாராநாதுக்கு தூக்கு நிச்சயம்! ஆனால் போலீஸ் விசாரணையில் தெரியவந்தது என்னவென்றால் அந்த கைத்துப்பாக்கிக்கு பொருந்தாத தோட்டாக்கள் இருந்தவை என்பது! வேறு யாரோ இதை கொண்டுவந்து வைத்ததாக தீர்மானமானது! அதனால் தாராநாத் விடுதலை செய்யப்பட்டார்!

எங்கயா மாமரம்?

இதன் இடையில் லீலாவிற்குத் தெரியவந்த செய்தி என்னவென்றால் தன் ரூம் மேட் இந்த கல்லூரியில் படிப்பது, ஏற்கெனவே திருமணமும் ஆன நிலையின் பின்னால் அவளுடைய மாற்றாந்தாயின் கைவரிசை இருப்பது! போதாதற்கு இந்தப் பெண்ணிற்கு திருமணத்திற்கு பிறகு நடக்கும் ஆண் பெண்ணின் உடலுறவைப்பற்றி எந்த அறிவும் இல்லாதது! சகஜமாகவே லீலா இந்தப் பெண்ணிற்கு இந்த எல்லா ஆப்ளிகேசன் பற்றிய அறிவை ஊட்டியது வேறொரு கல்விதான்! இந்தப்படிப்பின் தாக்கத்தால் இந்தப்பெண் நன்றாக யோசித்து தன் தந்தைக்கு அழகாக ஆனால் தெளிவாக தனக்கு செய்துவைத்த திருமணத்தில் நம்பிக்கை இல்லை, இதைப்பற்றி நான் வெகுளியாக இருந்தபோது என்னை இந்த சங்கடத்தில் சிக்கவைத்துவிட்டீர்கள். எனக்கு நம்பிக்கை இல்லாத வேலையைச் செய்வதில்லை, என்னை இவ்வளவு படிக்க வைத்ததற்காக நான் உங்களுக்கு கடமைப்பட்டிருக்கிறேன். ஆனால் இந்த உறவு நடக்காத ஒன்று என்று கடிதம் எழுதியது மட்டுமல்லாமல் அவளுடைய சொந்த ஊரான ஃபிரெஞ்சு கொலோனியான பாண்டிச்சேரியில் இந்த உறவுக்கு அதிக பிரச்சனைகள் இல்லாமல் திரை மூடப்பட்டது!

ஆனால் அவளைத் திருமணம் செய்துகொண்டவன் அந்தப் பெண்ணின் தாய்மாமன், அம்மாவின் தம்பி! இப்போது அவளுடைய மாற்றான் தாய் மற்றொரு நிபந்தனை விதித்ததால், அவளுடைய விருப்பத்தின்படி திருமணம் முறிந்தது. ஆனால் அவள் இனிமேல் நம் வீட்டிற்குள் காலடி எடுத்து வைக்கக்கூடாது என்று! ஆனால்

அவள் எங்கே போவாள்? இந்த நிலைமைக்கு ஒரு விதத்தில் காரணமான லீலா அவளை ஒத்துக்கொள்ளவைத்துத்தான், அண்ணன் பண்டித் தாராநாத் அவர்களின் ஆசிரமத்திற்கு அழைத்து வந்தார்கள். இவள் வந்து பார்க்கிறாள் – எந்த வித ஏற்ற தாழ்வுகளும் இல்லாமல் எல்லோரையும் கைவீசி அழைக்கும் இயக்கத்தின் முக்கியமான ஆள் நான், நீ உன் விருப்பத்திற்கு இணங்க லீலாவை ஆட்டிப்படைக்கிறாய், அவளுக்கு தனித்தன்மை இல்லை என்று கொண்டிருக்கிறாயா, இது சரியா, கொஞ்சமும் சமூகப் பொறுப்பு இல்லாத உனக்கு... என்றெல்லாம் சொல்லி ஒரு வழி பண்ணியிருந்தான் அவன்! அதிர்ச்சி ஏற்பட்டிருக்கும் அந்தப் பெண்ணிற்கு! தாராநாத் அப்போது 'பிரேமா' என்னும் பத்திரிகையை வெளியிட்டுக் கொண்டிருந்தார். சமுதாய மாற்றங்களுக்கு அப்போது பெயர்போன பத்திரிகை அது. அதை வெளியிடும் பொறுப்பு லீலாவினுடையது. ஒரு மாத விடுமுறையில் வந்திருந்த இந்த ஹாஸ்டல் வாசிகளுக்கு இந்த பத்திரிகையில் நாட்டம் ஏற்படவே செய்தது. இந்தத் தமிழ் பெண் 'பிரேமா' பத்திரிகையின் ஆங்கில இதழின் பொறுப்பை எடுத்துக் கொண்டும் ஆயிற்று!

இந்தப் பத்திரிகையின் இரண்டு மொழி இதழ்களும் அச்சாகிக் கொண்டிருந்தது மதராசில்! இதை வெளியிடும் பொறுப்புகளை ஏற்றிருந்தது பண்டித் தாராநாத்தின் மாணவனான லக்ஷ்மிபதி செண்டூர் என்பவன்!

எங்கயா குயில்?

பண்டித் தாராநாத்தின் கிலாபத் போராட்டத்தில் முழுவதுமாக ஈடுபடுத்திக்கொண்ட லியாகத் அலியுடன் நாடு முழுவதும் நடந்தார். இதன் இடையில் இந்தத் தமிழ்ப் பெண் தன்னுடைய வேலையால் அவருடைய மனதைக் கவர்ந்திருக்க வேண்டும். அப்போதே அவளுடைய படிப்பு முடிந்து அவள் நெல்லூரில் ஹெட்மிஸ்ட்ரெஸ் ஆகவும்செய்தாள். ஆனால் விடுமுறை நாட்களில் எப்போதும் போல 'பிரேமதநய'வில் முழுவதுமாக ஈடுபடுத்திக்கொள்வதும் நடந்தது. விடுமுறைக்குப் பிறகு அவள் பள்ளிக்குத் திரும்பும் நாட்கள் நெருங்கும் போது, ஊர் சுற்றிக்கொண்டிருக்கும் தாராநாத் அவருக்கு தான் ஈரோடுக்கு புறப்படும் செய்தியைத் தெரிவித்தார். தாராநாத்திடமிருந்து பதில் தந்தி வந்து சேர்ந்தது. 'இப்போது புறப்படவேண்டாம், முக்கியமான சங்கதி ஒன்றை சர்ச்சை செய்யவேண்டும்' என்பது அந்த டெலக்ராமின் வாசகம்.

பண்டித் தாராநாத் துங்கபத்ராவிற்கு திரும்பியதும் இந்தப் பெண்ணிடம் தன்னுடைய தந்தியில் சொன்னதுபோல முக்கிய செய்தியைத் தெரிவித்தார். 'இங்கே வேலைகளில் நீ உன்னை முழுவதுமாக ஈடுபடுத்திக் கொண்டிருக்கிறாய். இந்த நிறுவனத்தின் ஒரு அங்கமாகவே இருக்கிறாய். நீ இங்கேயே இருந்துவிடு. என்னைத் திருமணம் செய்துகொள்!' என்று. உடனே ஒத்துக்கொண்டு, என்னைப்போல அழகான, புகழ்வாய்ந்த வைத்திய மாப்பிள்ளை எங்கே கிடைப்பான் என்று 'சரி' என்று கட்டாயம் ஏற்றுக்கொள்வாள் என்று நினைத்தாரோ என்னமோ அவர்! ஆனால் அவருக்குக் கிடைத்த பதில் அதிர்ச்சியைத் தந்தது. அவள் 'என்னை இந்த நிறுவனத்தில் இருக்கும் மேசை, நாற்காலி, நான் உபயோகிக்கும் டைப்ரைடர், பேனா, பேப்பர், பொருள்களைப் போல தெரிகிறேனா உங்களுக்கு. அதற்காக திருமணம் செய்துகொள்ளச் சொல்கிறீர்கள். மனிஷியைப் போல என்னை நீங்கள் பார்ப்பதில்லை. அதனால் திருமணம் செய்துகொள்ள முடியாது' என்று ஒட்டுமொத்தமாக நிராகரித்து விட்டுப் போய்விட்டாள்.

கவர்ச்சியான அழகுடைய தாராநாத் அவர்களுக்கு ஆன அதிர்ச்சியை நம்மால் ஊகிக்கமுடியும். அவ்வளவு தான்! எப்படியோ ஒத்துக்கொள்ளவைத்து இந்தத் தமிழ்ப் பெண் தாராநாத்தின் வாழ்க்கைத் துணைவி ஆனாள் என்பது ஆச்சரியமான விஷயம் தான்! திருமணம் என்றால் திருமணம் அல்ல. நாகஸ்வரம், ஆடம்பரம் இல்லை. ஒருவருக்கொருவர் ஒத்துக்கொண்டு செய்தது அவ்வளவு தான்! இது நடந்து முடிந்த பின் இரண்டு ஆண் பிள்ளைகள் இந்த ஜோடிக்கு! முதலாமவன் தான் ராஜீவ் தாராநாத்!

பொறுங்கள், பொறுங்கள் அவசரம் வேண்டாம், இன்னும் குயில், மாமரம் பாக்கி இருக்கிறது, அதைக் கேளுங்கள்.

இந்த சுமதி பாய் பண்டித் தாராநாதரை மீறும் பெண்தான்! பெண்ணின் சம உரிமை, செக்ஸ் எஜூகேஷன் பற்றி, விதவை மறுமணம் பற்றி, தீண்டாமையைப் பற்றி, சுத்தமான ஆங்கிலத்திலும், கன்னடத்திலும் துடுக்காக சூடான கட்டுரைகளை எழுதிக்கொண்டிருந்தார் அவர். இதில் ஆச்சரியம் என்னவென்றால் இவை எழுதப்பட்டது 1930வது ஆண்டுகளில்! இதற்கான எல்லா அச்சு வேலைகளும் நடந்துகொண்டிருந்தது மதராசில்! இந்த சௌகரியங்கள் இருந்ததுவும் மதராசில்தான்!

பண்டித் தாராநாத்தின் 'பிரேமா' பத்திரிகை மற்றும் இதர வெளியீடுகளின் பொறுப்பை ஏற்றுக்கொண்டிருந்தது அவருடைய தீவிர சிஷ்யனான லக்ஷ்மிபதி செண்டூர் என்பவன். இவன் வசித்து வந்ததும் மதராசில்! இவன் ஏதோ காரணங்களுக்காக கோர்ட் கேசில் மாட்டிக் கொண்டு, அதன் விசாரணைக்காக வக்கீல் ஒருவரை நியமிக்கும் தேவை ஏற்பட்டது மற்றுமொரு வியப்பு! அந்தக் காலத்தில் போதுமான வக்கீல்களின் அலுவலகங்கள் மதராஸ் ஹை கோர்ட்டிற்கு எதிரிலேயே இருந்தது. இந்த செண்டூர் நடந்து கொண்டே சென்று ஒரு வக்கீலின் அலுவலகத்தில் கால் வைத்தானாம். வக்கீலிற்கு தன் கேசைப் பற்றிய விவரங்களை கொடுத்துக்கொண்டு இருக்கும் போது வக்கீலிற்கு என்ன தோன்றியதோ இவனுடைய குருவான தாராநாத்தைப் பற்றி தெரிந்துகொண்டார். கூடவே தாராநாதின் குடும்ப வாழ்க்கையைப் பற்றி, சுமதி பாய் தாராநாதின் மனைவியானது, அவர்களுக்கு இரு ஆண் பிள்ளைகள் இருப்பதையும் தெரிந்துகொண்டார். தெரிந்ததும் செண்டூரின் முன் அழ ஆரம்பித்தார்! அதிர்ச்சியுற்ற செண்டூருக்கு பிறகுதான் தெரியவந்தது இந்த புகழ் வாய்ந்த வக்கீல் ஞானசம்பந்தம் என்பவர் சுமதி பாயின் தந்தை என்பது!

மாமரம் குயிலின் சம்பந்தம் இன்னும் முழுமை அடையவில்லை, பொறுங்கள்!

சரி! இனி என்ன? மகள், மருமகன் இவர்களைப் பார்க்க இந்த வக்கீல் ஞானசம்பந்தம், மனைவி, பிள்ளைகளுடன் துங்கபத்ரா நோக்கிப் புறப்பட்டார். அங்கே வந்து சேர்ந்த பிறகு தெரிந்தது, பண்டித் தாராநாத், சுமதி பாய், பிள்ளைகள் வெயில் கால விடுமுறைக்கு பெங்களூர் புறப்பட்டு போனார்கள் என்று! ஞானசம்பந்தம் மற்றும் அவர் குடும்பம் மகள், மருமகன், பார்த்திராத பேரப் பிள்ளைகளைக் காணும் தவிப்பில் துங்கபத்ராவிலிருந்து பெங்களூர் வந்து சேர்ந்து இவர்களுடன் சேர்ந்துகொண்டார்கள்!

பொறுங்கள், இவ்வளவுதான் கேட்டீர்கள், அவசரப்படவேண்டாம், பழமொழி கேட்டதில்லையா? 'ஆத்திரக்காரனுக்கு புத்தி மட்டு' என்று இந்த துங்கபத்ரா குயிலுக்கும் மதராசின் மாமரத்திற்கும் அல்லது மதராசின் மாமரத்திற்கும் துங்கபத்ராவின் குயிலுக்கும் உறவு ஆழமாகிக்கொண்டு வருகிறது. பிலிகிரி ரங்கன பெட்டாவில் விளைந்த நெல்லிக்காயிற்கு இந்தியன் ஓசனின் உப்பும் சேர்ந்ததைப் போல!

பனிரெண்டு ஆண்டுகளுக்குப் பிறகு கிடைத்த மகளைப் பார்ப்பது, கண்ணுக்குட்டியைப் பார்ப்பது போலவே இருந்தது. ஞானசம்பந்தம் அவருக்கு சுமதிபாய், தாரானாத் மற்றும் பேரப்பிள்ளைகளின் சந்திப்பு. அத்தை மாமா இவர்களை சம்மதிக்க வைத்து மதராசில் கடலுக்கு எதிரில் ராயபுரம் பகுதியில் அவர்களுடைய பங்களாவிற்கு அழைத்துவந்து சேர்ந்தார்கள். புகழ் பெற்ற பணக்கார வக்கீல்! பெரிய பங்களா! ரசோபசாரம், பால்கனியிலிருந்து கடலின் நோட்டம்! உலகப் போரின் சமயம். அப்போதே ராஜீவ் தாராநாத்தை அழைத்து பண்டித் தாராநாத் அங்கே தங்கியிருந்த போர்க் கப்பலைக் காட்டி அதன் பீரங்கி, துப்பாக்கிகளைக் காட்டி அதன் விவரங்களை சொல்லியிருந்தாராம்! அவருடன் எப்போதும் புதுப் புது விஷயங்களை தெரிந்துகொள்ளலாம் என்றார் ராஜீவ் தாராநாத்.

சரி, இவர்களுக்கெல்லாம் பொழுதுபோக்கிற்கு அப்போதைய பணக்கார குடும்பங்களின் சம்பிரதாயப்படி பரத நாட்டியம் ஏற்பாடாகி இருந்தது! இதற்காகவே தேர்ந்த பரத நாட்டியக்காரிகளை வரவழைத்தார்கள். இந்த பெரிய மாடி வீட்டில் நீளமான ஒரு ஹால்! இன்றைய பரிபாஷையில் டிராயிங் ரூம் என்பார்களே ஏறக்குறைய அது மாதிரி, பெரிய வராந்தா, ஹால், பரத நாட்டியம் ஆட வந்தவளுடன் பாடக்கூட மற்றொருவள் வந்திருந்தாள். இவர்களெல்லாம் பரத நாட்டியத்திற்கும் சங்கீதத்திற்கும் பேர்போனவர்கள். பணக்கார தமிழ் குடும்பங்கள் இவர்களை அழைத்து சங்கீதம், நாட்டியம் ஏற்பாடு செய்வார்கள். பிரபல குடும்பப் பெண்கள் இதைக் கற்கும் படியாக இருக்கவில்லை! அப்படி இருந்தது அன்றைய நிலைமை என்று சொன்னார் தாராநாத்.

இது நடந்து சுமார் எழுபது வருடங்கள் கடந்திருக்க வேண்டும், அவள் அந்த ஹால் முழுக்க நாட்டியமாடிக்கொண்டு மிதந்துகொண்டிருந்தாள் அய்யா, அது இன்னும் என் நினைவில் ஆழமாகப் பதிந்துவிட்டது – அவள் நாட்டியமாடியது பைரவி ராகத்தின் ‘யாரோ இவன் யாரோ’ பாட்டிற்கு என்று பேச்சை முடித்தார் குரு!

அப்போது என் செல்போனிற்கு ரிங் டோனில் மாமரம், துங்கபத்ரா மலையின் நெல்லிக்காய்! எழுபது வருடங்களுக்கு முந்தைய மதராசின் ராயபுரம் பங்களாவில் அதே பாட்டிற்கு பரதநாட்டியத்தின் குயில், மதராசின் இந்து மகா சமுத்திரத்தின் உப்பு!

◆◆◆

தொடரும் – காலாண்டு இதழ் – 2017, ஏப்ரல்

ஜெயஸ்ரீ காசரவள்ளி

நுட்பமான உணர்திறன் கொண்ட கன்னட எழுத்தாளர். அவருடைய கதைத் தொகுப்பு 'தந்தி பேலிய ஒண்டி காகே' (கம்பி வேலியின் ஒற்றைக் காகம்), 'தினசரிய கடே புடதிந்த..' (தினசரியின் கடைசிப் பக்கத்திலிருந்து...) லத்தின் அமெரிக்காவின் எழுத்தாளரான கேப்ரியல் கார்சியா மார்க்வெசின் கதைகளை கன்னடத்திற்கு கொண்டுவந்துள்ளார். தற்போது பெங்களூரில் வசிக்கிறார்.

அ ஸ்மால் வர்ல்ட்

பூமி உருண்டையாக இருக்கிறது என்பதை மறந்துவிட்டோம். அப்படித்தான் நீங்களும்.

இங்கே ஒரு கதை இருக்கிறது. ஒருவரும் கேட்டிருக்காத அழகான கதைகள் இருக்கின்றன. அப்படியே எல்லோருக்கும் காத்துக்கொண்டிருக்கும் ஒரு அழகான சின்னக் கதை. எப்படி ஆரம்பித்தாலும், தொடங்கிய இடத்திலேயே வந்து சேருவதால், வேகமாக ஆரம்பித்து விடுவோம்.

பொறுங்கள். கதை என்ற பிறகு நாயகன், நாயகி எல்லாம் இருக்கவேண்டுமல்லவா? அப்படி ஒரு நாயகன் மற்றும் நாயகி இங்கே இருக்கிறார்கள் என்று நினைக்கலாம். பெண்ணும், பையனும் இருக்கும்போது காதல் கதையாக இருக்கலாமோ என்று காது கூர்மையாகிறதா? சரி விடுங்கள், அப்படியே நினைத்துக் கொள்வோம். ஆனால், எப்படிப்பட்ட காதல் கதை என்று ஆர்வமா? எப்படி வேண்டும் என்றால் அப்படி மாறும் கதையாதலால் காதைத் தீட்டிவைத்துக் கொண்டே இருங்கள்.

காதல் கதை எங்கே நடந்தால் நன்றாக இருக்கும்? பொங்கும் அலைகளுடைய கடற்கரையில் இதமான காதல் ஜோடிகள். தற்சமயம் தங்கள் இருவரை விட்டால் உலகத்தில் மற்ற சீவன்களே இல்லை என்று நெருக்கமாக, ஒரே விரலால் நாசூக்காக தங்கள் பெயர் என்னமோ அழியாப் புகழ்பெற்றது போல ஈர மணலில் இரகசியமாக

எழுதுவதும், மறுவிநாடி ஒவ்வொரு அலைக்கும் அது அழிந்துபோவதை மெய்மறந்து பார்த்தபடி உட்கார்ந்திருப்பதுமான காட்சியொன்று உங்களுக்குத் தெரிகிறதா? பிறகு ஏன் தாமதம், கடற்கரைக்குப் போவோம். எந்தக் கடற்கரைக்கு என்று கேட்கிறீர்களா? தற்சமயம் சென்னை அருகில் இருப்பதால் அங்குள்ள கடற்கரைக்கு என்று வைத்துக்கொள்வோம். நவீன இளைஞர்கள் அதிகமாக ஹேங் அவுட் ஆகும் பெசன்ட் நகர் எலியட் பீச்சிற்கு இப்போது வாருங்கள்......

எங்கே கதாநாயகன் தென்படவில்லையே என்று கவலையா? ஓ, அங்கே சுமார் இருபத்தைந்து, இருபத்தியாறு வயதின் இளைஞன் ஒருவன் தனிமையில் கடற்கரையில் அந்நிய மனதுடன் உட்கார்ந்திருக்கிறானே, அவன்தான் இந்தக் கதையின் நாயகன்.

நாயகன் என்றதும் எல்லோரும் அவனையே சுற்றிக்கொண்டு அலைந்து திரியும் கதை என்று எளிமையாக நினைத்துவிட்டீர்களா? சே!சே! உங்கள் ஊகம் தவறு. நினைப்பதைப்போல இந்த உலகில் எதுவும் நடப்பதில்லையாதலால், ஆரம்பத்திலேயே அவனுக்கு முக்கியத்துவம் அளிப்பது வேண்டாம். ஒப்புக்கு மட்டும் கௌரவ பாத்திரத்தில் நடிக்கும் சில நாயகர்களைப் போல அவனை வைத்துக்கொள்வோம். இளைஞன் என்ற பிறகு அறிமுகமான வட்டத்தில் தெரிந்தவனைப்போல இருந்தால் ரிலேட் செய்துகொள்ள வசதி இல்லையா. அதனால், இன்றைய இளைஞர்கள் எல்லாம் சாஃப்ட்வேரில் இருப்பதால், அவனையும் யோசிக்காமல் சாஃப்ட்வேர் ஆக்கிவிடலாம்.

ஆனால் வேலைக்குச் சேர்ந்து இரண்டு மூன்று ஆண்டுகளிலேயே சோம்பல் முகத்தைத் தொங்கவிட்டுக்கொண்டு நடமாடும் பிணங்களாக இருக்கும் இளைஞர் கூட்டமே சுற்றி இருப்பதால், அவன் இன்னும் வேலைக்குச் சேராத, கனவுகளை இழக்காத கனவுக் கண்களுடன் இருக்கும் உற்சாகமான பையன் என்று எண்ணிக்கொண்டால் எப்படி? ஓ, இப்போது ஒரு பிரச்சனை ஏற்பட்டுவிடும். கனவுக் கண்ணின் பையன் இந்த நாட்டில் எப்படி இருக்க முடியும்? ஏதாவது காரணங்களுக்கு அவன் தற்போது அமெரிக்காவில் இருக்கவேண்டுமல்லவா? பிறகு ஏன் தாமதம்? இந்த விநாடியே, விமானம் ஏற்றி, அமெரிக்காவில் எம்.எஸ். படிக்கும் மாணவனாக மாற்றிவிடலாம். இதில் இழப்பதற்கு என்ன இருக்கிறது?

பிறகு சென்னை கடற்கரையில் அவனுக்கு என்ன வேலை என்ற கேள்வியா? எம்.எஸ்.முடித்து வேலைக்குச் சேர்வதற்கு முன் சென்னைக்கு வந்திருக்கிறான் என்று சேர்த்துவிடுவோம். தற்சமயம் சென்னையில் இருப்பதுதான் நல்லது. ஏனென்றால் எல்லோரும் அமெரிக்கா பார்க்காததால் தெரிந்த ஊரானால் தொடர எளிதாக இருக்கும். அதுதான் அவன் ஊர் மற்றும் ஃபர் த டைம் பீயிங்க் எல்லோருடையதும் கூட. ஊருக்கு ஏன் வந்திருக்கிறான் என்று சந்தேகமா? சும்மா வந்திருந்தாலும், இந்தியர்களுக்கு தெரிந்த ஒரே மகத்தான காரணமான பெண் பார்க்க வந்தான் என்று சேர்த்துக்கொண்டால் தப்பொன்றுமில்லைதானே? இப்போது எந்தப் பெண் என்ற கேள்வி வாட்டுகிறதா?

வாங்க, பெண்ணை எங்கிருந்தாவது கடத்தி வருவோம். அழகாக இருக்க வேண்டுமா? அது ஆப்ஷனல்! அறிமுகம் முக்கியமென்றால் விவரத்தை தொடர்வோம். வேண்டாம் என்றால் முன்னே செல்வோம். எல்லாவற்றிற்கும் முதலில், உடனே அவனுக்கு ஒரு அம்மா அப்பாவை உருவாக்குவோம். சென்னை என்ற பிறகு தமிழ்ப் பையன். சம்பிரதாயக் குடும்பம் என்ற அமைப்பை ஏற்படுத்துவது பார்முலாவிற்கு சரிபோகும் என்றால், அப்பா கும்பகோணத்துக்காரரர் அம்மா திருச்சிப் பக்கம், தற்சமயம் சென்னையில் வசிக்கிறார்கள் என்றால் சரியாக இருக்கும்.

ஒரே பையனோ இல்லை ஒரு மகன் மற்றும் ஒரு மகளோ, எப்படி வேண்டுமானாலும் வைத்துக்கொள்ளுங்கள். உங்கள் விருப்பம். ஆனால், மகள் முக்கியமில்லாததால் ஒரே மகனுக்கு பெண் தேடுகிறார்கள் என்றால் நல்லது. அமெரிக்காவில் இருக்கும் ஏதாவது பெண் கிடைத்தால், வேலை எளிதென்ற நடைமுறைக்கேற்ற வழக்கத்தை அவர்களும் கற்றிருப்பதால் அமெரிக்காவிற்கு பறந்துபோன பெண்களின் நீளமான பட்டியலையே தங்கள் முன்பு பரப்பி வைத்துக் கொண்டிருக்கிறார்கள் என்று நினைப்போம்.

இப்போது அந்த பாத்திரத்தை ஓய்வாக கடலைப் பார்க்க விடுவோம்...

மாலைப் பொழுது. ஏனென்றால் காதல் கதைக்கு சிறிது ரொமாண்டிக் மூட் வேண்டுமல்லவா? கடல் அலைகளின் மீது கண் வைத்து, கடலின் மற்றொரு பக்கம் உப்புத் தண்ணீரில்

கால்களை மூழ்கடித்துக்கொண்டு கவலையுடன் எங்கேயோ பார்த்துக்கொண்டு அங்கே ஒரு பெண் அமர்ந்திருக்கிறாள் அல்லவா, பாருங்கள். அவளை நாயகி என்றால் அவள்தான் கதாநாயகி.

அண்ணா பல்கலைக் கழகத்தில் இயற்பியல் கற்பித்து, தற்சமயம் ஓய்வு பெற்ற பேராசிரியரின் மகள். ஏன் என்று கேட்கிறீர்களா? பெண்களின் அப்பாக்கள் பேராசியராக இருந்தால் வேலை எளிது. இயற்பியலையும் மற்றும் மெய்யியலையும் சிறிது பொருத்திப் பார்ப்பதற்காக. பிள்ளைகள் நல்லொழுக்கம் உள்ளவராக இருக்கவேண்டுமே? பல்கலைக்கழகத்தில் இருப்பதாலும் பிள்ளைகளுக்கு இடம் எளிதாகக் கிடைப்பதாலும், அப்படிப்பட்ட வசதிகளுக்காக அவ்வளவுதான். மூன்று பெண் பிள்ளைகள். எதற்கு மூன்று என்கிறீர்களா? கொஞ்சம் பில்ட்அப்பிற்காக இருக்கட்டுமே. முதல் இருவரின் திருமணத்தை எப்படியோ முடித்து, மூன்றாமவளான அந்தப் பெண்ணுக்கு வரன் தேடுகிறார்கள். ஆரம்பத்திலேயே சொன்னதுபோல அண்ணா பல்கலைக்கழகத்தில் எஞ்சினீரிங்கை முடித்து பேராசிரியர் மகள் சாதாரணமாக எம்.எஸ். படிக்க அமெரிக்கா போயிருக்கிறாள். ஆனால், அமெரிக்கா போனபிறகு அவள் இப்போது அவர் கைக்கு கிடைக்கவில்லை. அப்படி என்றால் என்ன என்று கேட்காதீர்கள். கொஞ்சம் ஃபீல் வரவழைக்க. 'அவளுடைய திருமணமும் நல்லபடியாக நடந்துவிட்டால்...' என்று அவளுடைய அப்பா, அம்மா கண்ட கண்ட கடவுள்களை எல்லாம் 'ஆண்டவா... முருகா....' என்று வேண்டிக்கொண்டிருக்கிறார்கள் என்று செய்தி.

அமெரிக்கா போன பெண் என்ன செய்கிறாள் என்ற ஆர்வமா? இயல்புதான், ஆனால், தற்சமயம் யாருக்கும் தெரியாது. படிப்பதற்கென்னமோ சரி, ஆனால், வயதுக்குத் தகுந்த சில ஆர்வங்கள் இருக்குமல்லவா? அவைகளின் விவரங்களை அளிக்காமல் இருந்தால் கதை முழுமையடையாது என்று யாராவது சொல்வார்கள் என்ற அச்சமா? அப்படி என்றால் மனதிற்கு தோன்றியபடி பக்கங்களை நிரப்புவோம். புரியவில்லையா? கொஞ்சம் அளப்போம்.

பொய் நம்பர் ஒன்: இந்தியாவிலிருந்து, அதுவும் சம்பிரதாயத்தின் இரும்புப் பிடியில் பத்திரமாக இருக்கும் தென்னிந்தியாவின் தமிழ்நாட்டைப்போல மாநிலத்திலிருந்து போயிருக்கும்...

அவளுக்கு ஆகாயம் மூன்றே முழம் என்று தோன்றியது. அதுவரை தென்னிந்தியாவின் கர்நாடக சங்கீதத்தை மட்டுமே கேட்டிருந்தவளுக்கு அமெரிக்கன் ராப், பாப், ஜாஸ், மெடல் சங்கீதங்களின் பைத்தியமே பிடித்துவிட்டது. ‘அமெரிக்கன் ஐடால்’, ‘த வாய்ஸ்’, ‘அமெரிக்கா’ஸ் காட் டெலண்ட்’ ரியாலிட்டி ஷோக்கள் அவளுடைய பிரையாரிடி பட்டிலியலில் முதல் இடங்களைப் பிடித்தன. 2009களின் ஹார்ட் திராபான ஆடம் லியாம்பர்ட்டின் ஜாதகத்தை தினம் ஒருமுறையாவது கிளறி, தேடக்கூடாததை எல்லாம் தேடுகிறாள். அவனுடைய ‘அனதர் லோன்லி நைட்’ இல் அவள் மயங்கிக்கிடக்கிறாள்.

பொய் நம்பர் டூ: ‘அமெரிக்கன் ஐடால்’ சீசன் -8 இன் காலத்தில் இன்னும் சென்னையில் இருந்தவள். ஆடம் லாம்பார்ட்டுக்கு ஓட்டுப் போடுவது இருக்கட்டும், அவன் யாரென்று துளிகூட தெரியாதவள். அமெரிக்கா வந்த பிறகு செக்ஸி முடி, காதுக்கு தோடு, கண்ணுக்கு மைதீட்டிய ஆடம் லாம்பார்ட்டின் மனம் கவரும் அழகுக்கு மயங்கினாள். அவன் கேய் என்று தெரிந்ததும் மிகவும் ஏமாற்றத்தால் வருடக்கணக்காக(?) சாப்பிடவில்லை. இப்போது சுதாரித்துக்கொண்டவள், எமினம் போல ஆயிரம் பாக்கெட்டுகளின் தொளதொளவென்ற பேண்டைப் போட்டுக்கொண்டு, அதுபோலவே கேப் அணிந்து, அவனைப்போலவே இரண்டு கைகளையும் அந்தப் பக்கமும் இந்தப் பக்கமுமாக ஆட்டிக்கொண்டு. ‘லூஸ் யுவர் செல்ஃப்’ என்ற பல்கலை கழகத்து நிகழ்ச்சியில் ராப் பாடிய பையன் ஒருவன் அவளுக்குள் கனவின் சித்திரங்களை வரைந்து கொண்டிருக்கிறான். தற்போது அமெரிக்க லைப் ஸ்டைல் அவளை இன்னும் ஆட்டிப்படைப்பதால் வாழ்க்கையை என்ஜாய் செய்வதில் அவள் பிஸி.

பொய் நம்பர் த்ரீ: இரவும் பகலும் அந்தப் பையனுக்கு ஃபோன் போட்டுக்கொண்டு, எஸ்.எம்.எஸ். செய்துகொண்டு, இ-மெயில் அனுப்பிக்கொண்டு, சாட்டில் அரட்டை அடித்துக்கொண்டு அவள் தன் காதலைத் தெரிவித்திருக்கிறாள். ஆனால், அவனுக்கு அவளிடம் அப்படியான ஆர்வம் இல்லை. சும்மா அலைக்கழிக்கிறான். நாளுக்கொரு கதையின் பிரிட்னி ஸ்பியர்ஸ், பேரிஸ் ஹில்டன்-களின் வரலாறை எல்லாம் அலசிய பிறகு தற்போது ஹாட் கர்ல் டேலர் ஷிப்ட் பற்றி அதிக ஆர்வம் ஏற்பட்டு எப்போதும் அவளுடைய முழு வரலாறின் ஆய்வில் மூழ்கி

இருக்கும் அவனுக்கு நாட்டுப் பெண்களைப் பிடிக்கவில்லை. அமெரிக்காவில் பிறந்து வளர்ந்ததால் இந்தியாவும் பிடிக்காது.

பொய் நம்பர் ஃபோர்: கடுமையான உண்மை என்னவென்றால், இப்போது அவளுடைய ஊரின் எந்த ஆண்களும் ருசிக்கவில்லை. வயதான பெற்றோர்கள் திருமணத்திற்கு வற்புறுத்திக்கொண்டிருந்தாலும், திருமணத்தை தள்ளிப்போட எல்லாக் காரணங்களையும் தேடிக்கொண்டிருக்கிறாள்.

இத்துடன் பெண்ணின் ஒழுக்க விவரங்களுக்குத் தேவையான சரக்குகள் எல்லாம் தீர்ந்தன.

இப்போது அந்தப் பெண்ணை உப்புத் தண்ணீரில் காலை ஆட்ட விடுவோம். இப்போது நுழைந்த புதிய பாத்திரத்தைப் பற்றி யோசிப்போம்.

அமெரிக்காவிலேயே பிறந்து வளர்ந்த பையன் என்றால் என். ஆர்.ஐ. ஒருவரின் மகன் என்பது உறுதி. ஆனால், அவன் அப்பா யார், இந்தியாவை விட்டு எப்போது அமெரிக்கா போனார், அவருக்கு அங்கே என்ன வேலை என்ற விவரங்களை எல்லாம் தெரிந்துகொண்டு ஆகப்போவாதாவது என்ன? தேவையில்லாத ரகளை எல்லாம் எதற்கு? தலையைக் கெடுத்துக் கொள்ளாமல் நேராக அப்பாவை இந்தியாவிற்கு வரவழைப்போம்.

புருடா நம்பர் ஒன்: தற்சமயம் அந்தப் பையனின் அப்பா இந்தியா வந்திருக்கிறார். மதுபாலா, வைஜயந்திமாலா, ஹேமாமாலினி, ஐஸ்வர்யா ராய் பச்சன் போன்ற பெண்மணிகளைப் பெற்ற வரலாறு வாய்ந்த சொந்த நாட்டில் வேற்று நாட்டுப் பெண்ணுக்குப் பின்னால் அலையும் மகனுக்கு இந்த மண்ணின் வாசம், நிலத்தின் சம்பிரதாயம், திருமணத்தின் அருமை பெருமைகளைப் புரியவைக்கும் அவசரத்தில் லோக்கல் பெண்களின் இன்டர்வியூ நடத்திக் கொண்டிருக்கிறார்.

புருடா நம்பர் டூ: அப்படி தேடிக்கொண்டிருக்கும் அவர் கண்ணுக்கு பாஸ்போர்ட், விசா என்று அமெரிக்கன் கான்ஸுலேட் முன்பு சுறுசுப்பாக ஓடிக்கொண்டிருக்கும் புவன சுந்தரி, ஐஸ்வர்யா ராய் பச்சனையும் மீறிய அழகில் மெலிதாக, வெள்ளையாக ஒரு ஐயங்கார்ப் பெண் அவருடைய கேமராக் கண்களுக்குள் சிறைபடுகிறாள். தற்சமயம் தங்கள் மகனுக்கு

அவள்தான் பொருத்தமென்ற முடிவை யாரையும் கேட்காமல் அவரே எடுக்கிறார்.

புருடா நம்பர் த்ரீ: இப்போதுதான் எஞ்சினீரிங் முடித்த பெண், கடந்த ஒரு ஐந்தாறு வாரங்களாக படு பிஸி. இன்னும் ரிசல்ட் வராவிட்டாலும், கண்ட கண்ட அமெரிக்க பல்கலை கழகங்களுக்கு அப்ளை செய்து, கடைசியாக பெயர் தெரியாத யூனிவர்சிடியிலிருந்து அழைப்பு வந்தபோது, சொர்க்கத்திற்கு மூன்றே சான் என்று பல மாணவர்களைப்போல தவறாக எண்ணி, குதித்துக் கும்மாளமிட்டு, அமெரிக்காவிற்குப் பறக்கும் ஏற்பாட்டில் இருக்கிறாள். பில் கேட், பில் கிளிண்டன் மற்றும் இப்போது டொனால்ட் டிரம்ப் போன்றவரை தன்னுடைய கர்பத்தில் சுமந்துகொண்ட செழுமையான நாடு என்றால் அமெரிக்கா. வாய்ப்பைத் தேடி போகும் எப்பேர்ப்பட்டவருக்கும் திறந்த கதவுடன் வரவேற்பு அளிக்கும் உன்னதமான பணக்கார நாடு அமெரிக்கா என்று பைத்தியக்காரத்தனமாக எண்ணிக்கொண்டிருக்கும் இந்தப் பிள்ளைக்கு தன் அழகு திறமையைப் பற்றிய பல வெகுளித்தனமான பிரமைகள் இருக்கின்றன. பல நடுத்தர வர்க்கத்தின் பெண்களைப்போல, தான் எங்கே சென்றாலும் வென்றுவிடுவேன் என்ற பகல் கனவு காணும் அவளுக்கு தற்போது தரை தெரியவில்லை. அவளுடைய கண்பார்வையில் தெரியாத மில்லியனீர் ஒருவன் ஓடிவிளையாடுகிறான். அவன் அமெரிக்க குடிமகனாக இருக்கலாம், இந்தியப் பிரஜையாகவும் இருக்கலாம், அதுவல்ல முக்கியம், பணம் மட்டும்தான்.

சே, பாவம்! பெண்ணை இப்படி சித்தரிப்பதா என்ற குழப்பத்தில் இருந்தால், கதை கெட்டது போங்கள். அப்படிபட்ட அழகான பெண்ணுக்கு கல்லூரி நாட்களில் பாய் ஃப்ரெண்ட் இருக்கவில்லையா என்ற அனுமானம் மனதில் தோன்றுகிறதா? இப்படிப்பட்ட சந்தேகங்களை நிவர்த்தி செய்யாவிட்டால் கதை முன்னே செல்ல சம்மதிக்காது அதனால் அவசரமாக அவளுக்கு ஒரு காதலனை எங்கிருந்தாவது தேடிவிடலாம்.

அவள் செயின்ட் ஜோசப் காலேஜ் ஆஃப் எஞ்சினீயரிங்கில் படித்துக்கொண்டிருந்த காலத்திற்குப் போவோம். இ.சி. டிபார்ட்மெண்ட், அப்போதுதான் ஃபேகல்டியாக வந்து சேர்ந்த ஒரு இளம் ஆசிரியர், மறுபடியும் பொய் இல்லை புருடா என்று

சேர்க்கவேண்டிய அவசியம் இல்லை. ஏனென்றால் அப்போதே கோக்குக்கு விஸ்கியைக் கலந்து காக்டைல் செய்வதை நீங்கள் கற்றுக்கொண்டிருப்பதால் நேரடியாக விசயத்திற்கு வருவோம்.

நம்பர் ஒன்: வேலூர் இன்ஸ்டிட்யூட் ஆஃப் டெக்னாலஜியில் வந்திருக்கும் பி.டெக்., எம்.டெக்., பிஎச்டி ஹோல்டர், அதற்காக ஒதுக்கிவைக்கக் கூடிய நபர் அல்ல. தமிழ் நடிகன் சூர்யாவைப்போல அழகானவனாக இல்லாவிட்டாலும், ரஜனிகாந்தைப்போல மோசமில்லை. செயின்ட் ஜோசப் காலேஜுக்கு புதிதாக ஆசிரியர் வேலையில் சேர்ந்திருந்த அவனுக்கு கல்லூரியின் விசித்திரமான சட்ட திட்டங்கள் வியப்பை ஏற்படுத்தியது. மாணவர்களும், மாணவிகளும் பேசிக்கொள்ளக்கூடாது, ஆசிரியர்கள் தவறியும் மாணவிகளைப் பார்க்கக் கூடாது. காரிடாரில் பார்த்து மாணவிகள் விஷ் செய்தாலும், பதில் விஷ் செய்யாமல் சும்மா தலையை அசைத்துவிட்டு ஆசியர்கள் தலைகுனிந்து போகவேண்டும். சந்தேகங்கள் இருந்தால் அதை கிளாஸ் அறையிலேயே தீர்த்துக்கொள்ளவேண்டும். எந்த மரத்துக்குக் கீழேயும் நிற்கக் கூடாததால் கல்லூரியை சுற்றி மரங்களுக்கு இடம் கிடையாது. வெற்றுப் பாலைவனத்தில் எரிந்துகொண்டு நின்ற வெள்ளை கட்டடத்து கல்லூரியில், ஆசிரியர்களாகட்டும், மாணவர்களாகட்டும் டை, ஷூ இல்லாமல் கல்லூரிக்குள் நுழையக் கூடாது. பெண்கள் தலைமுடியை கலர் செய்துகொள்ளக்கூடாது. பேண்டை கனவிலும் போடக்கூடாது. எப்போதும் சல்வார் கமீஜ் அதுவும் துப்பட்டாவைப் போர்த்தியபடி, இல்லை எந்தவித எக்ஸ்போசருக்கும் அவகாசமில்லாமல் சேலை உடுத்தி பழங்காலத்துப் பெண்களைப்போல தலை குனிந்து வந்தால் மட்டும் கல்லூரிக்குள் அனுமதி. இல்லை என்றால் டீ.சி. மேசை மீது எப்போதும் தயாராக இருக்கும்.

நம்பர் டூ: இப்படி எல்லாம் கட்டுப்பாடுகள் இருக்கும் கல்லூரியிலும், அது எப்படியோ அந்த ஐயங்கார்ப் பெண்ணை அவர் எட்டிப் பார்த்துவிட்டார். துப்பாட்டாவின் கீழே மறைந்து தெரிந்த அந்த அரைகுறை அழகு அவருடைய தூக்கத்தை என்றோ கெடுத்துவிட்டது. நான்கு வருடங்களில் ஒருமுறையும் அவர் காதலை வெளிப்படுத்த வாய்ப்பே அமையவில்லை. இப்போது அவளுடைய படிப்பு முடிந்து, அவர் கையைப்பிசைந்துகொண்டு, தேவதாஸ் போல கூரையைப் பார்த்துக்கொண்டு கிடக்கிறார்.

பெண்ணை மறக்கவும் முடியாமல், மறக்காமல் இருக்கவும் முடியாமல் அமெரிக்கா புறப்பட்ட அவளை சந்திப்பது எப்படி என்று தலைகீழாக நின்று யோசிக்கிறார் மற்றும் கூடிய விரைவில் சந்திக்க இருக்கிறார். அப்படி ஒரு செய்தி.

ஏனோ மிகவும் மொனாடனஸாக போகிறதல்லவா? அப்படி என்றால் ஒரு சிறிய ட்விஸ்ட் கொடுப்போம். தற்போதைய சினிமாக்களைப் பார்த்திருப்பீர்கள்? எந்த சினிமாவை எடுத்துக் கொண்டாலும் தற்போது நடைமுறையில் இருக்கும் - மோஸ்ட் வைல்ட்லி டிஸ்கஸ்ட் சப்ஜக்ட்டுக்கு வருவோம். சிறிய வயதுப் பையனுக்கு நடுவயதுப் பெண் மீது காதல் ஏற்படும் என்பதை சிறிது மாற்றி நடுவயதுப் பெண்ணுக்கு அந்த சிறு வயதுப் பையன் மீது ஒருவித கவர்ச்சி என்றால் எப்படி?

சரி, காதுகள் இரண்டையும் திறந்துவைத்துக்கொண்டு மடைமடையாக பாயும் பொய்களுக்கு தயாராகுங்கள்.

நம்பர் ஒன்: விதவை. அவனை விட ஐந்து வயது பெரியவளான அவள் அப்போதே கணவனை இழந்திருக்கிறாள். இரண்டு பிள்ளைகளை சிரமத்துடன் வளர்க்கும் அவளுக்கு, முதல் கணவனின் இரகசிய நோய், வலி, சங்கடங்களின் வாழ்க்கை போதுமாகிறது. கணவன் இறந்த தருணத்தில் 'தேவதாஸ்', 'டைட்டானிக்', சினிமாக்களை இரவு பகலாகப் பார்த்து தன் வெறுமையான வாழ்க்கைக்கு ஃபில்லர் போல நிறைத்துக்கொண்டிருக்கிறாள். மற்றும் அது போன்ற சினிமாக்கள் பொங்க வைக்கும் கண்ணீரை சுதந்திரமாக பாயவிட்டு, வீட்டு சுவர்களை எல்லாம் ஈரமாக்கி இருக்கிறாள். லியனார்டோ டி கார்பியோவின் அழகான முகம் நெஞ்சைக் கீறி இரத்தம் சிந்தினால், ஷாருக் கானின் நொந்துபோன மனதிற்கு மௌன ராகமாகிறாள்.

இப்போது உங்களுக்குக் கண்டிப்பாக கோபம் வரும். இப்படிப்பட்ட பாத்திரத்தை கதைக்குள் இழுத்துவரவேண்டிய நோக்கமாவது என்ன? என்று உங்கள் வீடுகளில் உங்கள் மேசையைக் குத்திக்கொண்டிருப்பீர்கள். விதவை என்று எப்படி இரக்கமே இல்லாமல் எழுதி இருக்கிறார். சிறிதும் மனிதாபிமானம் இல்லை என்று நீங்கள் திட்டுவது வேண்டாமா? மற்றவர் கவனத்திற்கு கதை வரவேண்டாமா? இதுவும் ஒரு

வகையில் டீ.ஆர்.பி யைப்போலத்தான். கதைக்கு சென்டிமெண்ட், அடல்ட் தீம் இல்லாவிட்டால் யார்தான் படிப்பார்கள்?

நம்பர் டூ: அவள் வேலை செய்துகொண்டிருக்கும் கல்லூரிக்குப் புதிதாக வேலைக்கு சேர்ந்திருக்கும் அவளுடைய கலீக், வேலூர் இன்ஸ்டிட்யூட் ஆஃப் டெக்னாலஜியின் ஃபிரெஷ் ப்ராடக்ட் அதிக கம்பீரமான இளம் ஆசிரியர், ஓசை இல்லாமல் அவளுடைய மூடிய நெஞ்சத்து அறைகளின் நட் போல்ட்களை தளர்த்திக்கொண்டிருக்கிறான். அவளுக்கு இப்போது கதவை திறப்பதா வேண்டாமா என்ற குழப்பம்... தன் இதயத் துடிப்பை அதிகமாக்கிக் கொண்டிருப்பவனின் முன் என்றாவது ஒருநாள் நெஞ்சை கொட்டி வெறுமையாக்கி விடவேண்டுமென்ற தவிப்பு, துடிப்பு.

போதும், போதும்! ஆனாலும் ஒரு வார்த்தை. காதல் கேட்டு வருமா? தோன்றியவர் முன்னிலையில் தோன்றியபடி காதலை வெளிப்படுத்தும் வாய்ப்பு எல்லோருக்கும் வாழ்க்கையில் ஒருமுறையாவாது கிடைத்து விட்டால்? பிறகு ஒவ்வொரு காதலுக்கும் ஒவ்வொரு பதில் கிடைத்துவிட்டால்...

ஓ, உணர்ச்சிவசப்பட்டுவிட்டீர்களா? இருக்கட்டும், இந்த விசயம் லியனார்டோ டி கார்பியோவாகவே இருக்கட்டும், ஷாருக்கானாகவே இருக்கட்டும், இந்த பாவப்பட்ட ஆசிரியனுக்கும் தெரியவில்லை பாவம். ஆனால், அதே கல்லூரியில் தன்னை ஹ்ரிதிக் ரோஷன் என்று எண்ணிக்கொண்டு திரியும் ஒரு பையன் இருக்கிறான். அனுஷ்கா சர்மா விராட் கோஹ்லியின் பிரேக்கப்பை அதிக மகிழ்ச்சியுடன் எதிர்பார்த்துக்கொண்டிருந்தவன் இப்போது அவர்கள் இருவரும் இணைந்துவிட்டார்கள் என்ற செய்தியை சீரணித்துக்கொள்ள முடியாமல், ஆகாயத்தில் நட்சத்திரங்களை எண்ணிக்கொண்டு, டைட்டானிக் படகு இந்தியாவை என்று வந்தடையும் என்று விரக கீதையை முணுமுணுத்துக்கொண்டு தன் வீட்டு மொட்டைமாடியில் துக்கத்தில் மூழ்கிக் கிடக்கிறான்.

நம்பர் ஒன்: ரைமே இல்லாத சில சோக கீதங்களை எழுதிப் பாடிக்கொண்டு கல்லூரிக் கேம்பசில் அலைந்து திரியும் அவனுடைய மனதிற்கு எப்படியோ துன்பமே வாழ்க்கையாகத் தெரியும் எலக்ட்ரானிக் டிபார்ட்மெண்டின் இந்த மேடம் மீது கிரஷ் உண்டாகி அவரைப் பார்க்கும்போதெல்லாம் விபரீத

ஈர்ப்பு ஏற்பட்டு, அவனுக்குத் தெரியாமலேயே அவனுடைய நாடித் துடிப்பின் கணக்குத் தவறுகிறது. அது காதலா, மோகமா, ஈர்ப்பா இல்லை வெறும் இரக்கமா தீர்மானிக்க முடியாமல், எழுத்துக்களுக்கு நடுவே கண்ட அவருடைய அளவிலா வருத்தமான முகத்தையே தலையில் சுமந்துகொண்டு தேர்வுகளில் கோட்டைவிடுகிறான்.

மொட்டை மாடியில் விழுந்துகிடக்கும் இந்த காதல் தோல்வியுற்றவனைக் கண்டு மருகும் அவனுடன் பயிலும் இளம் தோழியொருத்தி, கோர்ஸ் முடிந்ததும் பாஸ்போர்ட், விசா என்று மேற்படிப்பிற்கு அமெரிக்கா பறந்துபோனாலும், அவனுடைய நினைவிலிருந்து வெளியேறமுடியாமல் தவித்துக்கொண்டே ஆறு மாதங்களைக் கழித்தாள். தற்போது கிறிஸ்துமஸ் லீவிற்கு தாய்நாட்டிற்கு, தன் ஊருக்கு வந்திருக்கிறாள். எப்படியாவது அவனை அமெரிக்காவிற்கு கடத்திக்கொண்டு போய், ஒரு அழகான வாழ்க்கையை உருவாக்கிக்கொள்ளும் பகல் கனவை கண்டுகொண்டிருக்கும் அவள் தற்போது நொந்து வருந்தும் அந்த மனதை வழிக்குக் கொண்டுவருவது எப்படி என்று தெரியாமல் கவலையுடன், கடலின் உப்புக்காற்றை சுவாசித்துக்கொண்டு அந்த எலியட் பீச்சின் அந்த மூலையில் தனியாக உட்கார்ந்திருக்கிறாள்.

அந்தப் பெண்ணிற்கு பெற்றோர் எப்போதோ மாமன் வகையில் மாப்பிள்ளை பார்த்தாகிவிட்டது மற்றும் சென்னையின் மற்றொரு மூலையில் வசிக்கும் அந்தப் பையன் தன் சிறுவயது தோழியையே நம்பி சக்கரவாகப் பறவையைப் போல அமெரிக்காவிலிருந்து தவறாமல் திரும்பிவரலாம் என்ற அந்தப் பெண்ணின் எதிர்பார்ப்பில், வெந்த காய்கறிப் பாத்திரத்தில் வெறுமனே கொதகொதவென்று கொதிப்பதைப்போல தினமும் கொந்தளித்து பெருமூச்சு விட்டு ஏங்கிக்கிடக்கிறான். அவள் ஊருக்கு வந்திருக்கும் விசயத்தை அவள் வீட்டார் மூடிமறைத்திருக்கிறார்கள். ஏனென்றால், அமெரிக்கா போகும் முன்பே அவனை தான் என்றும் மணந்துகொள்வதில்லை என்று வீட்டில் எல்லோருக்கும் அவள் தெளிவாகச் சொல்லி இருக்கிறாள்.

இத்தனை வருடங்கள் வதைக்காத அவளுடைய திருமணம் இப்போது திடீரென்று வந்து வயதான பேராசிரியர் தம்பதிகளுக்கு எப்போதும் இல்லாத தலைவலியாக மாறி இருக்கிறது.

அவளைப் பெற்றெடுத்ததற்கு, நல்ல வரனை அமைத்துக் கொடுத்தால் பிள்ளையாருக்கு இரட்டைத் தேங்காய் உடைப்பேன் என்று வேண்டிக்கொண்டு, 'ஆண்டவா, முருகா' என்று கண்டறியாத கடவுள்களிடம் முறையிட்டுக்கொண்டு முதியவர்கள் துணியை நகர்த்தி, கம்ப்யூட்டரைத் திறந்து இருக்கும் எல்லா மேட்ரிமோனியல்களிலும் தேடுகிறார்கள்.

மாலை சூரியன் எங்கேயோ இருக்கும் மேற்கில் மூழ்கிக் கொண்டிருக்கும் அடையாளமாக கிழக்குக் கடற்கரையில் தன் நிழலைப் பரப்புகிறான். சந்தேகத்துடன் இருட்டொன்று வெளிச்சத்தை ஈர்த்துக் கொள்கிறது. கருப்பு தன் சாம்ராஜ்ஜியத்திற்குத் திரும்புகிறது.

கவலையுடன் இருக்கும் பையன் இன்னும் கவலையுறுகிறான்; வருந்திக்கொண்டிருக்கும் பெண் இன்னும் வருந்திக் கொண்டிருக்கிறாள்; அய்யங்கார் பெண் நடு இரவு அமெரிக்கா பறப்பதற்கு எல்லா ஏற்பாடுகளுடனும் காத்திருக்கிறாள்; என்.ஆர்.ஐ தன் மகனுக்கு இன்னும் தங்க விக்கிரகத்தின் தேடலில் இருக்கிறார்கள்; இளம் ஆசிரியர் இனி என்ன தேவதாஸ் ஆவார் என்பதற்குள் அதே காரிடாரில் மற்றொரு பெண் பேச்சில்லாமல் மௌனமாக அவன் மனதில் தாண்டவம் ஆடிக்கொண்டிருக்கிறாள்; விதவை- இப்படியான விசயங்களில் பொய் சொல்லக் கூடாது. நம் நாட்டில் ஒருமுறை விதவையானால் எப்போதும் விதவைதான்; ஹ்ரிதிக் ரோஷன் ஜூனியருக்கு தமிழ் சினிமா இண்டஸ்ட்ரியில் ஆஃபர் வந்திருப்பதாக செய்தி; கொதித்துக் கொதித்து, இனி என்ன வெடித்து விடும் தாய்மாமன் பையனை தற்போது, ஏசி அறையில் அமர்த்தி, குளிர்ச்சியான பீரை கொடுத்து, மிக அழகான பெண் ஒருத்தியின் போட்டோவை அவனுடைய அப்பா பிடித்து காட்டுகிறார் என்ற செய்தி காலையிலேயே லோக்கல் சானல்களில் வெளியாகி இருக்கிறது.

அப்படி, யாரும் தற்கொலை செய்துகொள்ளவில்லை என்ற நிம்மதி.

'என்னாங்க...' முதிய பெண்மணி கணவனை ஒரு மொட்டை சுவருக்கு அந்தப்பக்கம் இருக்கும் பக்கத்து வீட்டு சன்னல் பக்கம் அழைக்கிறாள். அமெரிக்காவில் படித்துக்கொண்டிருக்கும் பக்கத்து வீட்டுப் பையன் இப்போது பீச்சுக்குப் போகும்

முன், தான் விரும்பிய பெண்ணின் போட்டோ ஒன்றை தன் கம்ப்யூட்டரில் பெற்றோருக்கு காட்டி இருக்கிறான். பக்கத்து வீட்டு லேப்டாப்பில் எதேச்சையாக தன் மகளின் போட்டோவைப் பார்த்து மகிழ்ச்சியில் மிதந்த வயதான தம்பதிகள் வீட்டுக்கு வந்ததும் கதவைச் சாத்தி பத்தொன்பது ஆண்டுகள், பதினொரு மாதம், மூன்று வாரம், ஆறு நாட்களுக்குப் பிறகு வறண்டுபோன தங்கள் உதடுகளை உரசிக்கொண்டே, வாயை இனிப்பாக்கிக் கொள்கிறார்கள்.

சிற்றேடு – காலாண்டு இதழ் – ஜூலை 2017

ஹெச்.என்.சுபதா

ஆசிரியை. மன வளர்ச்சி அடையாத குழந்தைகளுக்கான பள்ளியை 30 ஆண்டுகளாக பெங்களூரில் நடத்தி வருகிறார். இவரின் பல ஆய்வுக்கட்டுரைகள் தேசிய மற்றும் பன்னாட்டு பத்திரிகைகளில் வெளிவந்துள்ளன. கல்வித்துறை சம்பந்தப்பட்ட ஆய்வுக்கு இந்திய அரசாங்க விருதைப் பெற்றுள்ளார்.

எழுத்தாளர். இதுவரை மூன்று புனைகதைகளையும், ஒரு சிறுகதைத் தொகுப்பும் வெளியிட்டுள்ளார்.

தற்போது பெங்களூரில் வசிக்கிறார்.

நார்மண்டியின் நாட்கள்

குப்பிகள் என்றால் எனக்குப் பிடிக்காது. கண்ணாடிக் குப்பிகள் சிதறிய என் பால்யத்தை நினைவூட்டி, இம்சிக்கும். நான் அப்போது பள்ளிக்குப் போய்க்கொண்டிருந்தேன். கூடவே தம்பி தங்கையும் நடந்து வருவார்கள். நாங்கள் இருந்தது நார்மண்டி மாநிலத்தின் ஒரு கிராமம். அதன் அழகு மிகவும் அற்புதமானது. எங்கள் கிராமத்துக்கு அருகிலேயே ரோஹ்தென்யூ நதி ஓடிக்கொண்டிருந்தது. அந்தப் பச்சை வயல்கள், செர்ரி, ஆரஞ்சு மரங்கள், திராட்சைக் கொடித் தோட்டங்கள் அழகாக இருந்தன. எங்கள் வீட்டிற்குப் பின்புறம் சிறிய ஓடை இருந்தது. அவ்வப்போது நான் அப்பாவுடன் அங்கே மீன் பிடிக்கப்போவேன். நாங்கள் இருவரும் மீன் வேட்டையாடி முடித்து, சைக்கிள் ஏறி பாடிக்கொண்டே திரும்புவோம். அன்று முழுவதும் அப்பாவுக்கு மீன் சாப்பாட்டின் கொண்டாட்டம். என் வீடு சென்ட் எடின்ஸ் சர்ச்சுக்குப் பின்னால் தெருவில் இருந்தது. அது ஒரு பழைய ஆனால் உறுதியான வீடு. சுவர்களுக்கு வெளிர் மஞ்சள் வண்ணமும் சன்னல்களுக்கு சுத்த வெள்ளை வண்ணமும் பூசியிருந்தது. வீட்டுக்குப் பின்புறம் ஓடிக்கொண்டிருந்த ஓடை, தொலைவில் பச்சையைப் போர்த்தி இருந்த மலை மற்றும் சாம்பல் நிற பழைய பிரார்த்தனை சர்ச் தெரியும். கொட்டைகையில் ஆடுமாடுகள் இருந்தன. புதிய புல்லின் மணத்துடன் கால்நடைகளின் அசைபோடும் சத்தமும் சேர்ந்து கொட்டைகை எப்போதும் கதகதப்பாகவே இருக்கும். வீட்டிற்கு முன் அழகான பூந்தோட்டம் இருந்தது. அம்மா எங்கள் சன்னல்களுக்கு

பாலாடைவண்ணத் துணிக்கு தங்க நிற நூலால் பூக்கள் பின்னிய திரையைப் போட்டிருந்தாள். எங்கள் வீட்டு சமையலறை பெரிதாக இருந்தது. சீராக இருந்தது. சுவர் நிறைய அலமாரிகள் இருந்தன. சாப்பாட்டு அறையில் பீங்கான் பாத்திரங்கள், ஜெர்மன் சில்வர் பாத்திரங்கள் நிறைந்திருந்தன.

அப்பா ருசியாகச் சமைப்பார். அவர் செய்யும் ஆப்பிள் கேக்குகள், டோநட்கள், வகைவகையான சூப்கள், வெந்த உருளைக்கிழங்கு – பட்டாணி- வெண்ணை- மிளகு, பூண்டு ப்ரெட், இஞ்சி ப்ரெட், பாலாடை இல்லாத இனிப்பான பழ உணவுகள், பிஸ்கட்கள், முட்டைக்கோஸ் இலையில் சுற்றிய வேகவைத்த காய்கறிகளின் உணவு இவற்றை இப்போது நினைத்துக்கொண்டாலும் வாயில் எச்சில் ஊறும். கோதுமைப் பால் பாயாசத்தை மிகவும் அற்புதமாகச் செய்வார். நான் அப்பாவின் சமையலைப் புகழும்போதெல்லாம் அம்மாவுக்குக் கோபம் வரும். ‘அவருக்கு செய்ய வேற வேலை இருந்தால் தானே? உன் புகழ்ச்சி மிக அதிகம்’ என்று அவள் பொருமுவது எனக்கு நன்றாக நினைவிருக்கிறது. அவளுக்கு தன் கணவன் சமுதாயத்தில் பெருமையூட்டும் வேலையில் இருக்கவேண்டும். ஐரோப்பா முழுவதும் சுற்றிப் பார்க்கவேண்டும்.

அப்பாவுக்கு பிரெஞ்ச் சமையல் மட்டுமல்ல, மெக்ஸிகன், சைனீஸ், இண்டியன், க்ரீக் போன்ற சமையல்களிலும் விருப்பம். என் அப்பா பல ஆண்டுகள் பாரிஸின் புகழ்வாய்ந்த ஹோட்டல்களில் தலைமை சமையல்காரராக இருந்தாராம். அவர் விருவிருவென்று காய்கறிகளை வெட்டுவதை, இஞ்சி, பூண்டை சிறுதுண்டுகளாக வெட்டுவதைப் பார்பதற்காகவே மக்கள் வருவார்களாம். மிஸ்டர் ஜார்ஜ் தெல்லியின் சமையலுக்கு பாரிஸின் மக்கள் மயங்கி இருந்தார்களாம். அவருடைய சமையலை ருசிக்கவே மக்கள் பல நூறு மைல்களில் இருந்து வருவார்களாம். இப்படிப் புகழ் பெற்ற அப்பாவை அவருடைய சமையல் கலையை பாராட்டியே அம்மா திருமணம் செய்துகொண்டாளாம். இதை அம்மாவே அடிக்கடி சொல்வாள். அம்மா அழகி. பெரிய ஆசைகளுடன் சமூக வாழ்க்கையை விரும்புகிறவள். அவளுக்கு வெளி உலகத்தின் நடப்பு, அரசியல், நாடகம், பொழுதுப்போக்கு, சினிமா, விருந்து இவற்றில் மிகவும் ஆர்வம். பாரிஸ் அவளுக்காகவே ஆன நகரம். சில ஆண்டுகள் அவர்கள் மகிழ்ச்சியாக இருந்தார்களாம். மூன்று குழந்தைகள் ஆன பிறகு அப்பாவுக்கு நகர வாழ்க்கை

போதுமானதாம். இளமையின் பல ஆண்டுகளின் உழைப்பிற்குப் பிறகு, அப்பா பாரிஸிலிருந்து தொலைவாக, நார்மண்டி போன்ற அமைதியான கிராமச் சூழ்நிலையில் வசிக்க விரும்பினார். அதற்காகவே வயலையும், வீட்டையும் வாங்கி இங்கே வந்தார். என் அப்பா உணர்ச்சி நிறைந்தவர், கள்ளம் கபடமற்றவர் மற்றும் கடும் உழைப்பாளி. அவருக்கு வயல், வீடு, சொத்து இதில் எந்த ஆர்வமும் இருக்கவில்லை. அம்மா இதற்கு எதிர்மறையான விருப்பங்களுடன் இருந்தாள். அவள் சொத்தை தொடர்ந்து பெருக்கவேண்டும் என்று நினைப்பவள். அப்பா இருப்பதில் திருப்தி அடைபவர் மற்றும் நமக்கு இவை இருப்பதற்கே ஆண்டவனுக்கு நன்றி கூறவேண்டும் என்று தினமும் நன்றியைச் செலுத்துபவர். எளிமையான நிறைவு. அவர் நாளின் வெகு நேரத்தை எங்களை கவனிப்பதிலேயே கழித்துவிடுவார். எங்களுக்காக வகைவகையான பலகாரங்களை சமைத்துப் பரிமாறுவார். அம்மாவுக்காக பிஞ்சு கேரட் சாறை தினமும் தயாரித்துக் கொடுப்பார். அதில் இஞ்சி, எலுமிச்சை சாறு, தேனையும் கலந்து கொடுப்பார். மாலை ஆனால் போதும், எங்கள் வீட்டு வரவேற்பறை ஊர் பெரிய மனிதர்களால் நிறைந்திருக்கும். அவர்களுக்கு அப்பா செய்யும் சமையல் என்றால் உயிர். அவர்கள் எல்லோருடனும் அப்பா சிரித்துக்கொண்டே மகிழ்ச்சியான மாலைகளைக் கழிப்பார். இரவு உணவுக்குப் பிறகு நெருப்புக் கூண்டின் அருகில் உட்கார்ந்து கிதார் வாசிப்பார். எங்களுக்கு வீட்டிலேயே பாடம் சொல்லிக்கொடுப்பதும் அவருக்குப் பிடிக்கும்.

என் அப்பா தன்னுடைய சமையலறையை எப்போதும் சுத்தமாக வைத்திருப்பார். என் தங்கைக்காக திராட்சி ரொட்டி மேல் மேபல் சிரப்பை ஊற்றி, அதை வறுத்த முந்திரியால் அலங்கரிப்பார். எனக்காக இனிப்பான தோசைகளை வார்த்துக் கொடுப்பார். அவை சில சமயம் பறவையைப் போல, மீனைப்போல, வாத்தைப்போல, சாந்தா க்லெளஸைப்போல பல வடிவங்களில் மஞ்சள் நிறத்து மெதுவான தோசைகள்! அதன் மேல் கரையும் வெண்ணை, தேன், வாவ்! அவர் கையில் ஏதோ மந்திரம் இருந்தது. அப்படி நாங்கள் சொன்னால் அவர் பெரிதாக சிரித்து, என் கையில் மாயம் இல்லை என் மனதில் உங்களுக்காக அன்பு இருக்கிறது குழந்தைகளே என்பார். அவருடைய சமையலே அவருக்குப் பெருமையாக இருந்தது. இப்போது புரிகிறது அது அவருடைய ஆத்மாவாக இருந்தது. உயிராக இருந்தது.

ஆனால் எங்களுக்கு அதன் புரிதல் இருக்கவில்லை. அப்பாவின் சமையல் செய்தி ஊரெல்லாம் பரவி இருந்தது. கிராமத்து மக்கள் அம்மாவைப் பார்க்கும்போது 'மேடம் தெல்லி, நீங்கள் உண்மையாகவும் அதிர்ஷ்டசாலி. தினமும் ருசியான சமையலை உண்ணும் பாக்கியம் உங்களுக்கு' என்பார்கள். அப்பாவின் புகழ் அதிகமாக அம்மாவுக்கு எரிச்சலாக இருந்தது. அவளுக்கும் நன்றாக சமையல் தெரியும். ஆனால் அப்பாதான் சமைப்பார். அந்த அவசரமில்லாத கிராமத்தில் அவருக்கு செய்ய வேறு வேலை இல்லை என்பதுதான் உண்மை. அம்மா சின்னதாக முனங்கி தன் பொறுமையின்மையை வெளிப்படுத்துவாள். ஆனால் அப்பா சமையலில் மூழ்கிவிடுவார். மெல்ல மாலையில் விருந்தாளிகளின் எண்ணிக்கையும் அதிகமானது. கூடவே அப்பாவின் புகழும். இதனால் அம்மா தனிமையானாள். இந்த கிராமத்தார்களுக்கு சமையல் செய்துகொண்டு அதில் மகிழ்ச்சியாக இருக்கும் கணவனின் பழக்கத்தை அவள் கடுமையாக விமர்சித்தாள். இப்படி அப்பா பொழுதைப் போக்குவது அம்மாவுக்கு விருப்பமில்லை. அவள் அப்பாவிடம் அடிக்கடி 'பார் ஜார்ஜ், நீ ஏதாவது புதிய தொழிலைத் தொடங்கு. என் கணவன் மிஸ்டர் ஜார்ஜ்க்கு ஊர்க்காரர்கள் அன்பு காட்டினால் போதாது, உன்னை தொழிலதிபர் என்று அவர்கள் கௌரவிக்கவேண்டும் என்று நான் விரும்புகிறேன்' என்பாள். அவளுக்கு இப்போது மேடம் தெல்லியாக ஊரில் புகழடைய வேண்டும் அதற்கு அப்பா சிரித்து அமைதியாவார். அவளுடைய வற்புறுத்தல் அதிகமானால் 'இப்போது நம் கௌரவத்திற்கு என்ன குறைச்சல், சொல்லு?' என்பார்.

அம்மா அப்பாவுக்கு இடையே ஒருவகையான வெறுப்பு இருந்தது. இப்போது அது எங்களுக்கும் தெரியவந்தது. அம்மாவின் அறிவுரை, அழுகை, கத்தல் அதிகமானது. அப்பா அவளுடைய கூச்சலுக்கு பதிலளிக்காமல் அமைதியாகவே இருப்பார். இது அவளை இன்னும் அதிகம் வெறுப்பேற்றும். அப்பா அமைதியாக இருக்கும் அளவிற்கு அம்மா பொறுமையை இழப்பாள். அவர் பாட்டு, சங்கீதம் இப்போது கேட்காது. மொத்தத்தில் அவர் சமைத்துக்கொண்டு சுகமாக இருந்தது அம்மாவுக்குப் பொறுக்கவில்லை. நீ இனி சமையல் செய்யாதே ஜார்ஜ் என்றாள் அம்மா. அவர் சமையலறைக்கு இன்னும் அதிகமாக ஒட்டிக்கொண்டார். அவருடைய நகைச்சுவை, சிரிப்பு, அரட்டை இருக்கவில்லை. அதற்காக அவர் ஒன்றும் துவண்டுபோகவில்லை.

அவருக்கு இப்போது வகைவகையான குப்பிகள் பிடித்தன. கண்ணாடி குப்பிகளை சேகரித்து, அடுக்கிவைத்தார். வாங்கி வந்து நிறைத்தார். சமையலறை முழுக்க பலவிதமான குப்பிகளால் குவித்தார். அவர் துயரமானவரைப்போல இருக்கவில்லை. ஆனால் சிறிது அதிகமாகவே அமைதியாக இருந்தார்.

அம்மாவின் நச்சரிப்பு அதிகமாக அப்பாவும் அவர் கண்ணாடிக் குப்பிகளுடன் ஒட்டிக்கொண்டார். அவற்றை தினமும் அழுத்தித் துடைத்து வைப்பார். சனிக்கிழமை அவருக்கு மிகவும் விறுவிறுப்பான நாள். அன்று அவர் கடைவீதிக்குப் போய் புதிய வடிவ, பல வண்ணக் குப்பிகளை வாங்கிவருவார். எங்களுக்குக் காட்டி வர்ணிப்பார். அன்று அவருடைய மகிழ்ச்சி – கொண்டாட்டங்களுக்கு அளவே இருக்காது. அவருக்கு குப்பிகளின் மீதான மோகம் அதிகரிக்க, எங்களைப் பற்றிய அக்கறை குறைந்தது. இப்போது அவர் பலகாரங்களைச் செய்வதில் அப்படி ஒன்றும் ஆர்வத்தைக் காட்டவில்லை. இந்தக் குப்பிகளின் மோகத்தைப் பார்த்து நாங்கள் திகிலடைந்தோம். அம்மாவாலும் தன் துயரத்தையும் கோபத்தையும் தாங்கமுடியவில்லை. அம்மாவின் கூச்சலுக்கெல்லாம் அவருடைய அமைதியே பதிலாக இருந்தது. அம்மா இப்போது சமைக்கத் தொடங்கினாள். சமையல் என்னமோ ருசியாகத்தான் இருந்தது. ஆனால் அப்பா சோர்ந்துபோனார். அவருடைய அதிகாரத்தை அவள் பறித்துக்கொண்டுவிட்டாள் என்பதைப் போன்ற முகபாவம் இருக்கும். சரியாக சாப்பிடவும் இல்லை. விடிந்ததும் அவர் தன்னுடைய குப்பிகளின் அலமாரிக்கு முன்னால் நிற்பார். சொல்லமுடியாத ஏதோ வலிகளை அவர் முழுங்கிக்கொள்வதைப் போலவும், கையறு நிலையில் இருப்பதைப் போலவும் எனக்குத் தெரிவார். அம்மா, 'ஜார்ஜ், இந்த சோம்பேறி வாழ்க்கை போதும். வா திரும்பவும் பாரிஸ் போவோம். நீ அங்கே அமைதியாக சமைக்கலாம். பெரிய பெரிய ஹோட்டல்களில் என் கணவர் சமையற்காரர் என்று சொல்லிக்கொள்ள எனக்குப் பெருமைதானே?' என்று அவருடைய மனதைக் கவரப் பார்த்தாள்.

அதற்கு அவர், 'அன்பே, எனக்கு இந்தப் பட்டம் போதும். நான் உனக்கும், குழந்தைகளுக்கும் சமையல்காரனாக இருப்பதில் மகிழ்ச்சியடைகிறேன்' என்று சொல்லிவிட்டார். அம்மாவின் ஆசைகளுக்கு அவர் இணங்கவில்லை. எந்த அறிவுரைக்கும்

அவர் எதிர்வினை காட்டவில்லை. காது கேட்காததுபோல தன்பாட்டிற்குத் தன் குப்பிகளைப் பராமரிப்பதில் மூழ்கிவிட்டார். சமையல் செய்யும் அளவிற்கே ஈடுபாடுடன் தன் குப்பிகளின் உலகத்தில் இருந்த அப்பாவின் இந்தப் புதிய விளையாட்டு, எங்களை கதிகலங்கவைத்தது என்றே சொல்லவேண்டும்.

இப்போது வீட்டின் முழுப் பொறுப்பையும் அம்மாவே ஏற்கவேண்டியதாயிற்று. அதனால் திமிரும், தன்னிறக்கமும் அதிகமானது. சிறிது கோபப்படத் தொடங்கினாள். உண்மையாகவும் அம்மா தனியானாள். அவளுடைய சங்கடங்களை சொல்லிக்கொள்ளத் தவித்தாள். நாங்கள் மூன்று பிள்ளைகளும் இந்தச் சூழ்நிலைக்கு மழுங்கலானோம். என் தங்கையோ பிடிவாதக்காரி ஆனாள். அவளுக்கு அப்பாவுடைய கவனிப்பு, அன்பு ஒரு பாதுகாப்பை, கதகதப்பைக் கொடுத்திருந்தது. அது இப்போது மொத்தமாக மாயமானது. அவளால் அதைத் தாங்கிக்கொள்ள முடியவில்லை. அதனால் எடுத்ததற்கெல்லாம் பிடிவாதமும், ரகளையும் அதிகமானது. என் தம்பிக்கு எடை குறைந்தது. என் படிப்பில் அக்கறை குறைந்து நான் கணக்குக் கற்பதிலும், பெருக்கல், வகுத்தல்களிலும் தவறு செய்யத் தொடங்கினேன். வாய்ப்பாடு என்ன செய்தாலும் என் மண்டைக்கு ஏறவே இல்லை. கணக்கு ஆசிரியர் மிஸ்டர் ப்யாக்கைப் பார்த்தவுடன் வயிறு குமட்டும். தலைவலி வரும். கணக்கு வகுப்பில் இரண்டு மூன்று தடவை எழுந்துபோய் வாந்தி எடுத்து வந்தேன். அவர் அம்மாவை அழைத்து 'திருமதி தெல்லி, உங்கள் கணவரின் உடல்நிலை சரியில்லை என்று எனக்குத் தெரியும்' என்று பேச்சைத் தொடங்கியவுடன் அவமானத்தால் அம்மா சிவந்துபோனாள். 'உங்கள் மகனின் கல்வியில் இதன் விளைவுகள் இருக்கிறதென்று எனக்குத் தோன்றுகிறது. இதற்கு முன்பு கணக்கில் புத்திசாலியாக இருந்த பையன் தற்போது மிகவும் பின் தங்கி இருக்கிறான். சின்னச் சின்ன கணக்குகளுக்கும் பயந்துபோகிறான். குழப்பமடைக்கிறான். என் பார்வையைத் தவிர்க்கிறான். நீங்கள் இதை சரிப்படுத்துவதில் ஏதாவது கவனம் செலுத்தவேண்டும் என்று விரும்புகிறேன். திருமதி அவர்களே, இந்த விஷயத்தை உங்கள் கவனத்திற்கு கொண்டுவந்ததற்கு வருந்துகிறேன்' என்று சொல்லி விடைகொடுத்த அன்று அம்மா கலங்கி நின்ற காட்சி என் மனப்படலத்தில் பதிவாகி இருக்கிறது. என்னால் அம்மாவின் தன்மானத்திற்கு களங்கம் ஏற்பட்டது என்று குழம்பிய நான் மறுபடியும் அன்று இரவு

வாந்தி எடுத்தேன். இரவுகளில் கணக்கு ஆசிரியர் மிஸ்டர் ப்யாக் ஒரு சைத்தானைப்போல வரும் கனவுகளால் நான் கலங்கினேன். என் வாழ்க்கை முழுவதும் கணக்கு என்ற கெட்ட கனவு வாட்டியது. அது என்னை குறுகச் செய்தது. தாழ்வு மனப்பான்மையால் வதைத்தது. பிள்ளைகளுடைய பாடு இதுவானால் அப்பாவுடைய பாடு தனி. எங்களுடன் பேசுவதைக் குறைத்துக்கொண்டார் ஆனால் தொன்மையான பொருள்களை விற்கும் கடைகளில் இருந்து, சாரிட்டி கடைகளில் இருந்து, வைன்ஷாப் , பார்களில் இருந்து, சூப்பர் மார்க்கட்களில் இருந்து விதவிதமான குப்பிகளை வாங்கி வந்தார். அவற்றில் இதற்கு முன்பு லவங்கம், மிளகு, ரோஸ்மெரி, லெமன் கிராஸ் போன்றவற்றைப் போட்டு வைப்பார். இப்போது தனது பொருட்களான சோப்பு, கைக்குட்டை, டை, துண்டுகளை திணித்து வைத்தார். சமையலிலிருந்து விடுதலை அடைந்தார். அப்படியான ஒருநாள் அம்மா பொறுமை இழந்து கத்தினாள். அன்று இரவு உணவையும் அவர் குப்பிக்குள் போட்டு சாப்பிட முயற்சி செய்தார். அவருடைய செயல்களில் எந்தத் தர்க்கமும் இருக்கவில்லை. கையில் கிடைத்த எல்லாப் பொருட்களையும் குப்பிக்குள் நிறைக்கத் தொடங்கினார். இது ஏனோ அம்மாவிற்கு எதிரான அவருடைய சாத்வீக எதிர்ப்பாகத் தெரிந்தது.

இப்படி அப்பா எங்களிடமிருந்து விலகினார். குப்பிகள் அவருடைய துணையாகின. ஒருநாள் அப்பா எங்கிருந்தோ பெரிய ஜாடிகளைப் போன்ற குப்பிகளை வாங்கி, குதிரைவண்டியில் வீட்டிற்கு கொண்டுவந்தார். அந்த குப்பிகளை கொண்டுவந்து அவர் அறையிலேயே வைத்தார். தன் படுக்கை விரிப்பு, அழுக்குத் துணி, ஜாக்கெட் எல்லாவற்றையும் ஒழுக்கமாக சுருட்டி அந்த குப்பிக்குள் அடைத்தார். அம்மா வெளிரிப்போய் கண்ணீர் வடித்தாள். அவரை அன்புடன் அணைத்து, கட்டிப்பிடித்து பேசினாலும் அவர் ஒன்றும் சொல்லவில்லை. அவர் உலகம் வேறு என்று எல்லோருக்கும் தெரியும். அவர் கோபமடைந்திருந்தாரா? எதுவும் தெரியாது.

மறுபக்கம் அம்மாவும், நாங்களும் ஊர்க்காரர்களின் கேள்விகளுக்கு பதில்சொல்லமுடியாமல் திணறினோம். 'மிஸ்டர் தெல்லியின் உடல்நிலை இப்போது எப்படி இருக்கிறது? உங்களுக்கு ஏதாவது உதவி தேவையா? தயவு செய்து கூச்சப்படாமல் கேளுங்கள் மேடம் தெல்லி' என்று அக்கம்பக்கத்துக்காரர்கள் கேட்கும்

போதெல்லாம் அம்மா கூனிப்போவாள். சப்பைக் குரலில் ‘கண்டிப்பாக, உங்களுக்கு நன்றி’ என்று சொல்வாள். அப்பாவுக்குப் பைத்தியம் பிடித்திருக்கிறது என்பது எல்லோருடைய கருத்தாக இருந்தாலும் யாரும் அப்படி எங்கள் முன்னால் சொல்வதில்லை. சர்ச்சுக்குப் போனால், கடை வீதியில் எதிர்ப்படும் கிராமத்தார்கள் சில சமயம் ‘உங்கள் அப்பாவுடைய உடல்நிலை எப்படி இருக்கிறது குழந்தை?’ என்று அன்புடன் கேட்டாலும், எனக்கு அழுகை வந்துவிடும். நான் எச்சிலை முழுங்கிக்கொண்டு ‘இப்போது கொஞ்சம் பரவாயில்லை, உங்களுக்கு நன்றி’ என்று சொல்லி அங்கிருந்து வேகமாக நடையைக் கட்டுவேன். ஊரில் சில கிழவிகள் என்னை தொந்தரவு செய்வார்கள். அவரிடம் நையாண்டி இருக்காது ஆனாலும் அவர்கள் கேட்கும் கேள்விகளுக்குப் பதில் அளிக்கும்போது என் தன்மானத்திற்கு பங்கம் உண்டாகும். என் பதில்கள் பாதி உண்மையாக இருக்கும். உண்மை என்று அவர்கள் நம்பட்டும் என்று நான் விரும்பினேன். அப்படிபட்ட பொய்களையே சொல்லவேண்டி இருந்தது. தொலைவில் அவர்களைக் கண்டால் நான் ஏதாவது சந்தில் நுழைந்து தப்பித்துக் கொள்வேன்.

அம்மாவின் தன்மானத்திற்கு பலத்த அடி விழுந்திருந்தது. சோர்வாக இருந்தாள். வலு இழந்திருந்தாள். அம்மா தன் வயல், தோட்டம், வீட்டு நடப்புகளை கவனித்துக்கொள்ள தன் அண்ணனை வரவழைத்தாள். சில காலம் எங்களுடன் இருக்க மாமா மர்ஸைல்ஸில் இருந்து வந்தார். அவர் வந்த பிறகு அம்மா சிறிது தெம்படைந்தாள். இப்போது எங்கள் வீட்டுப் பாடத்திற்கு ஆசிரியரை ஏற்பாடு செய்தார்கள். தங்கையுடன் அதிக நேரத்தை கழிக்கத் தொடங்கினாள். தம்பியை மருத்துவரிடம் அழைத்துச் சென்று என்னென்னமோ மருந்துகள், லேகியம், மாத்திரைகளை வாங்கிவந்தாள். அவனுக்கு அதிக சத்தான உணவை தயாரித்தாள். இதெல்லாம் சரி, ஆனால் வீட்டுப் பாடத்தால் நான் கதிகலங்கினேன் என்பதுதான் உண்மை.

திருமதி ஹென்ரிடே என்ற பெண்மணிதான் எங்கள் வீட்டுப் பாடத்திற்கு ஆசிரியையாக வந்தவர். அவள் நெஞ்சில் தயவு தாட்சண்யம் கிடையாது. அதுமட்டுமல்ல அவள் சிறிது குறும்பு குணமுடையவள். பிள்ளைகளான எங்கள் முன் எப்படிப் பேசவேண்டும் என்ற இங்கிதம் அவளுக்கு இல்லாதது எங்கள் துர்பாக்கியம். அப்பாவைப் பற்றி எது எதையோ கேட்பாள்.

அவளுக்கு அவரைப்பற்றித் தெரிந்துகொள்ள மிகவும் ஆர்வம். படிக்கும் அறையில் உட்கார்ந்திருந்தாலும் அவருடைய கண் அப்பா மற்றும் அவருடைய குப்பிகள் பக்கமே இருக்கும். அப்பா என்றும்போல சிரமம் கொடுக்காதவராகவே இருந்தார். ஆனாலும் அப்பாவைப் பார்த்ததும் பயப்படுவது போல நடித்து 'ஓ ஜீசஸ் காப்பாற்று' என்பாள். அவர் தோட்டத்தில் நடமாடுவதை சன்னல் வழியாக எட்டிப்பார்த்து 'கடவுளே என் கடவுளே' என்று உறக்கச் சொல்வாள். எங்கள் அப்பாவிற்கு ஏதோ ஆகி இருப்பதைப்போலான எண்ணம் எங்களைக் குறுகவைக்கும். நாங்கள் என்ன இருந்தாலும் குழந்தைகள். அதனால் எங்களுக்கு எதுவும் தெரியாது என்று அவள் நினைத்தாள். ஆனால் நாங்கள் வயதுக்கு மீறிய பெரியவர்களாக இருந்தோம். திருமதி ஹென்ரிடேயின் குறும்பால் எனக்கு உண்மையாகவும் அவமானமாக இருந்தது. அழுகை வரும். நான் அம்மாவிடம் புகார் சொன்னேன். பயனில்லை. அவள் அப்பாவை மெல்ல இழந்து கொண்டிருந்தாள். அதனால் என்னையாவது சரியான வழியில் நடத்த முடிவு செய்தாள். அவள் நான் கணிதம் கற்க முடியாமல் திருமதி ஹென்ரிடேயைப் பற்றி புகார் கொடுக்கிறேன் என்று நினைத்தாள். இதனால் நாங்கள் வீட்டில் மூச்சுத் திணறும் சூழ்நிலையுடன் திருமதி ஹென்ரிடேயின் கிண்டலையும் சகித்துக்கொள்ள வேண்டி இருந்தது. கணக்கோ எனக்குள் நடுக்கத்தை உண்டுபண்ணியது. கூடவே கணக்கு ஆசியர்களின் பரிவின்மை என்னை காயப்படுத்தியது. பள்ளியிலும் அப்பாவின் குப்பி மோகம் எல்லோருக்கும் தெரிந்தது. என் நண்பன் மார்டினோ நல்ல பந்தைப் போன்ற ஒரு குப்பியை பளபளக்கும் காகிதம் ஒன்றில் சுற்றி எடுத்து வந்தான். 'தயவு செய்து உன் அப்பாவிற்கு என் காணிக்கை என்று கொடு, அவருக்காக நான் இதை என் பாட்டியின் வீட்டில் இருந்து எடுத்து வந்தேன்' என்றான். பாவம், அவன் அன்புடன் எடுத்து வந்திருந்தான். ஆனால் எனக்கு இதனால் கவலைதான் உண்டானது. நான் அதிர்ந்து போனேன். அவன் பரிசை நான் பாராட்டுவேன் என்று நினைத்த அவனுக்கும் அதிர்ச்சி. மொத்தத்தில் எங்கள் எல்லோருடைய பால்யமும் அப்பாவின் தொல்லைகளால் நசிந்துபோனது என்று சொல்வதை விட்டால் வேறு வழி இல்லை. ஆனால் அவருக்கு அதன் அறிவே இல்லை.

அப்பாவை சரி செய்ய அம்மா முயற்சி செய்தாள். பாவம், அவர் சமைப்பதில் மகிழ்ச்சியாக இருந்தார். அவருடைய சமையல்

கலையை அடிக்கடி கண்டனம் செய்து, அவரை அதிலிருந்து விடுபடச் செய்து பிறகு அவருக்கு வேறு எதையும் செய்யத் தோன்றாமல் அவர் குப்பிகளின் கவர்ச்சிக்கு ஆளானார். இப்போது இதை எப்படியாவது சரி செய்ய வேண்டி இருந்தது. அவரை முன்பு இருந்தபடி மாற்றவேண்டும். ஏன் என்றால் நாங்கள் அவர் மீது மிகவும் அன்பு செலுத்தினோம். உண்மையாக அவர் மிகவும் நல்ல மனிதர்.

அப்போதெல்லாம், ஒவ்வொரு ஞாயிறன்றும் ஒரு சம்பிரதாய, சிரத்தையான கிறுத்துவனைப்போல அப்பா சர்ச்சுக்குப் போவார். நாங்கள் குடும்பத்துடன் பிரார்த்தனை செய்வோம். ஆனால் சமீப காலமாக அப்பா சர்ச் பக்கம் தலை வைப்பதில்லை. அம்மா அழைத்தாலும் வருவதில்லை. 'நீங்கள் போய் வாருங்கள் நான் என் குப்பிகளைப் பார்த்துக் கொள்ளவேண்டும்' என்று கம்பீரமாகச் சொல்வார். அதனால் மாமாவும் அம்மாவும் சர்ச்சுக்குப் போய், பாதிரியாரிடம் கலந்தாலோசித்து அவரையே வீட்டிற்கு அழைத்து வந்தார்கள். நல்ல செல்வாக்குடைய பாதிரியாரைக் கண்டு அப்பா எழுந்து நின்று வரவேற்றார், வணங்கினார். அவர் தன்னுடன் எடுத்து வந்திருந்த புனித நீரைத் தெளித்து, வீட்டை சுத்தப் படுத்தினார். அப்பாவுக்கும், எங்களுக்கும் தெளித்தார். பிறகு புனித நீரைக் குடிக்கக் கொடுத்தார். பிறகு மிஸ்டர் தெல்லி நீங்கள் தார்மீகமான கௌரவமான குடும்பஸ்தர் ஆனால் நீங்கள் சமீபகாலமாக சர்ச்சுக்கு வருவதில்லையே? ஊரின் தர்ம குருவான நான் உங்களை எச்சரிக்க விரும்புகிறேன். ஆண்டவன் கருணையைப் பெற நீங்கள் பிரார்த்தனையில் கலந்துகொள்ள வேண்டும். குழந்தைகளுடன் நீங்கள் கூட்டுப் பூசை – பிரார்த்தனைகளில் பங்கேற்கவேண்டும்' என்று கட்டளையிட்டார். அவருடைய பேச்சை அமைதியாக, பணிவுடன் கேட்ட என் அப்பா 'மன்னியுங்கள் தந்தையே, சர்ச்சில் குப்பிகள் இல்லை, அதனால் நான் அங்கே வரமுடியாது' என்று சொல்லி, தலைகுனிந்து வணங்கி, முன்பு தனதாக இருந்த சமையல் அறைக்குச் சென்று முதல் நாள் வாங்கி வந்திருந்த பெரிய நீல கண்ணாடிக் குப்பியில் தன் காலணிகள், பாலிஷ் மற்றும் பிரஷ்ஷை அடுக்கத் தொடங்கினார். இதனால் அதிர்ந்துபோன பாதிரியார் சுதாகரித்துக்கொண்டு 'மேடம் தெல்லி உங்கள் கணவரின் நடை, பேச்சு விசித்திரமாக இருக்கிறது. அவர் யாருக்கும் சிரமத்தை கொடுக்கவில்லை, கிளர்ச்சி அடையவில்லை, இம்சையும் செய்யவில்லை. ஆனால்

மிகவும் நலிந்துபோய் இருக்கிறார். உணவில் விருப்பத்தை இழந்திருக்கிறார். அவர் இந்த உலகத்திலேயே இல்லை என்று தோன்றுகிறது. இது ஏதோ அதிருப்தியான ஆத்மாவின் சீண்டுதல் என்று நான் நினைக்கிறேன். இதற்கு யாராவது மந்திரவாதிதான் தேவை, மன்னிக்கவும்' என்று சொல்லிப் போனார். எங்களுக்கு ஒன்றுமே புரியவில்லை. எங்கள் குடும்பத்தில் முன்பு யாருக்கும் இப்படி நடந்ததில்லை என்று அம்மா அழுதாள். அவளுக்கு ஆறுதல் சொன்ன மாமா, தான் ஏதாவது செய்வதாக எங்களுக்கு உறுதி அளித்தார். அன்று இரவு நாங்கள் எல்லாம் சோர்ந்து போயிருந்தோம். மொத்தத்தில் அப்பா ஒரு பிரச்சனையாகத் தொடங்கியது எங்களுக்குப் புரிந்தது.

மாமா மறுநாள் மொராக்கோ நாட்டிற்கு கப்பலில் போனார். அங்கே டாஞ்ஜைர் நகரத்தில் ஒரு புகழ்பெற்ற மந்திரவாதியின் அறிமுகம் அவருக்கு இருந்தது. அப்பா அங்கே வரமுடியாது என்பது தெரிந்திருந்ததால், அந்த மந்திரவாதியை அழைத்துவந்தார். மந்திரவாதியின் பெயர் கலீத் ஹுசேன். நாங்கள் இதுவரை பிரெஞ்ச் மக்களின் மாநிலங்களில் காணாத அதிசய மனிதன் அவன். பார்பேரியர்களுக்கே இருக்கும் சிறப்பான முக அமைப்பு. நல்ல வண்ணம் மற்றும் முக அழகு அவனுக்கு. அவன் பாதங்களை மறைக்கும் நீளமான வெள்ளை அங்கியை உடுத்தியிருந்தான். உயரமான தலைக்கு ரோசா வண்ண முண்டாசைக் கட்டி இருந்தான். நீளமான சிவப்புத் தாடி. இடுப்பில் வெள்ளிக் கத்தியை தொங்க விட்டிருந்தான். கழுத்தில் பச்சைக் கல்லின் பெரிய வெள்ளிப் பதக்கம் அணிந்து, ஆரஞ்சு வண்ண மணி மாலையை போட்டிருந்தான். வீட்டைச் சுற்றிப்பார்த்தவன், தலையை ஆட்டினான். காற்றில் கையை அசைத்து, விரல்களால் எதையோ எழுதினான். அம்மா அறையை விட்டு வெளியே வரவில்லை. தம்பி, தங்கையை கூடவே உட்கார வைத்துக்கொண்டாள். மாமாவுடன் நான் சிறிது பயத்துடன் நின்றிருந்தேன். அப்பா தனது அறையில் பெரிய குப்பி ஒன்றுக்குள் தன் தலையணையைப் போட்டார். அதனுடன் வெளியே வந்தார். ஒருமுறை அந்த அறிமுகமில்லாதவரைப் பார்த்து, புன்னகை செய்து, எப்போதும்போல அமைதியாக தோட்டத்து கல் இருக்கையில் அமர்ந்து சிகரெட் புகைத்தார். அவ்வப்போது குப்பியை அன்புடன் அரவணைத்துக் கொண்டார். பாவம், இதற்கு முன்பு தோட்டத்தில் எங்களை தழுவிக்கொண்டு உட்கார்ந்து கதை சொல்வார். இப்போது அவர் மிகவும்

எடை குறைந்து வயதானவர் போல, சோர்ந்துவிட்டவர் போல தெரிந்தார். அப்பாவுடைய இந்த நிலைமைக்கு நான் வருந்தினேன்.

கலீத் ஹுசேன் பெரிய பையிலிருந்து மந்திரப் பொருள்களை எடுத்துப் பரப்பினான். அவன் வீட்டு வாசலில் பெரிய கண் ஒன்றை வரைந்தான். அதை நீல வண்ணத்து பொடியால் நிறைத்தான். வெள்ளை வண்ணக் கோடுகளைப் போட்டான். அதற்கு அருகில் மண்ணால் செய்த மனித பொம்மையையும் குப்பிகளின் உருவங்களை வைத்து ஆலிவ் இலையை ஒரு இரும்புப் பாத்திரத்தில் இருந்த தண்ணீரில் அமுழ்த்தி, எல்லாப் பக்கமும் தெளித்தான். சிவப்பு வண்ணத்துத் தண்ணீரை வீட்டுக் கூரை மீது தெளித்தான். கையில் கோழி முட்டை ஒன்றை பிடித்துக்கொண்டு அப்பாவின் அருகே சென்று சுற்றி திருஷ்டி கழித்து, பிறகு ஏதோ மணமான தூபம் போட்டு, அந்தக் கண்ணின் ஓவியத்தின் பக்கம் போய் அமர்ந்தான். ராகமாக ஏதோ மொழியில் மந்திரம்போல எதையோ சொன்னான். அடைமழை வருவதைப்போல மெல்லத் தொடங்கிய அவன் குரல் ஏறிக்கொண்டே போய், முடிவில் ஆர்ப்பாட்டமானது. நாங்கள் எல்லாம் குளிர் வந்ததைப்போல நடுங்கினோம். அப்பாவும் அமைதியாக இதைப் பார்த்துக் கொண்டிருந்தார். வெகு நேரத்திற்குப் பிறகு அவன் கூச்சல் நின்றது. பிறகு அவன் எழுந்து போய் கையில் இருந்த முட்டையை சமையலறை வாசலில் உடைத்தான். அதன் கருவை அப்பாவின் நெற்றியில் தடவி எல்லா ஆத்மாக்களும் ஓடிவிட்டன என்று சொன்னான். பிறகு மூட்டையைக் கட்டினான். அப்போது மாலை சாம்பல் கருப்பு வண்ணத்திற்கு மாறியிருந்தது. அவன் எங்கள் வீட்டில் எதையும் சாப்பிடவில்லை. மாமா பய பக்தியுடன் அவனுக்குப் பணம் கொடுத்தார். போகும்போது அந்த மந்திரவாதி தன் கைப்பையிலிருந்து சிறிய கண்ணாடிக் குப்பியை எடுத்து எங்கள் தோட்டத்தில் புதைத்து வைத்துப் போனான். இந்த நிகழ்வு எங்களைக் கலங்க வைத்தது. அந்த இரவு என் தங்கைக்கு காய்ச்சல் அடித்தது. இப்படியான அட்டகாசத்தை நாங்கள் எப்போதும் பார்த்தவர்கள் அல்ல.

இது நடந்து ஓரிரு நாட்களில் அப்பாவின் அறையில் இருந்து துடிக்கும் சத்தம் கேட்டது. நாங்கள் பயந்து எழுந்தோம். அப்பா என்றும் இப்படித் துடித்ததில்லை. அம்மா, மாமா,

நான் அப்பாவின் அறையில் நிறைந்து பரவிக்கிடந்த பெரிய அண்டாக்களைப்போல இருந்த குப்பிகளைத் தள்ளி, இடத்தை ஒதுக்கிக்கொண்டே அவர் கட்டிலை அடைந்தோம். அப்பா வயிற்றைப் பிடித்துக்கொண்டு புரண்டுகொண்டிருந்தார் – துடித்துக் கொண்டிருந்தார். அவர் அந்தக் குளிரிலும் வியர்த்துக் கொண்டிருந்தார். அம்மா அவர் அருகில் உட்கார்ந்து, கையைப் பிடித்துக்கொண்டு அன்புடன் 'என்ன ஆனது ஜார்ஜ்' என்றபோது அப்பா சொன்னதைக் கேட்டு நாங்கள் அசந்துபோனோம். 'என் வயிற்றில் கூப்பி ஒன்று வளர்கிறது. அது இப்போது வெளியே வரும் நேரம். அதனால் வலி' என்று மறுபடியும் துடித்தார். நிமிட நிமிடத்திற்கு அவர் துடிப்பு, கூச்சல் அதிகமானது. அவரைத் தொட்டு சமாதானப்படுத்த முயற்சித்தால், நான் ஒரு பாட்டிலுக்குள் இருக்கிறேன். அதற்குத்தான் உங்களால் என்னைத் தொடமுடியவில்லை. நான் என்ன செய்ய என்று கத்தினார். எப்போதும் அமைதியாகவே இருக்கும் அப்பாவின் கண் அன்று சிவந்திருந்தது. உடல் வியர்த்திருந்தது. குரல் கரகரத்தது. இதற்கு பயந்து அம்மா அறையிலிருந்து ஓடி வெளியே வந்தாள். மாமா அப்போதே செயலில் ஈடுபட்டார். அன்றுதான் முதல் முதலாக ஆம்புலன்ஸ் வந்து அப்பாவை எடுத்துப் போனது. அன்றிலிருந்து எனக்குக் குப்பிகளைக் கண்டால் பிடிக்காது.

❖❖❖

- திசை எட்டும், அக்டோபர்-டிசம்பர் 2018
மொழியாக்கக் காலாண்டிதழ்

ஸ்ரீகாந்தா

1936இல் பிறந்தவர். முதுகலைப் பட்டம் பெற்று, சரித்திர பேராசிரியராக பனுமய்யா கல்லூரி, மைசூரில் பணியாற்றியவர். தன்னுடைய 20ஆம் வயதிலிருந்தே சிறுகதை எழுதத் தொடங்கியவர். இவர் எழுதியது மிகக் குறைந்த எண்ணிக்கையில். 50 ஆண்டுகளாக கதை எழுதுவதை நிறுத்திவிட்டார். இவருடைய 'பூமி கம்பிசலில்லா', 'பாபு புட்டு' போன்ற கதைகள் கன்னட சிறுகதையில் ஒரு புதிய அலையை எழுப்பியது. மிகவும் பேசப்பட்டன. 'விவேகானந்த பூதா' என்ற சிறுகதை 'பிராஜாவாணி' சிறுகதைப் போட்டியில் முதல் பரிசு பெற்றது. இன்றுவரை இவரை விலக்கி கன்னடக் கதைகளைப் பேசுவது, மிகவும் கடினம்.

தற்போது சமூக சேவையில் ஈடுபட்டுள்ளார். மைசூரில் வசிக்கிறார்.

ஈயைத் துரத்திக்கொண்டு!

உள்ளேயிருக்கும் அவன் உலகுக்கும், வெளியே இருக்கும் அவனுடையதல்லாத பரந்த உலகுக்கும் நடுவே இருந்த மரச்சட்டத்தின் நிறம் மங்கிய சன்னல் கம்பிகளின் குளிர்ச்சியான ஸ்பரிசம், புதர் போல வளர்ந்திருந்த அவன் சூடான இரத்தக் கன்னங்களை அழுத்தும் போது, சாசர் மீது இருக்கும் கோப்பையைப் போல கண்கள் மலர்ந்து வெளியே தோட்டத்தின் மீது பார்வையைப் பதிக்கும்போது, வெட்கப்பட்டு சிரித்தது எதிரில் இருந்த ஒயிலான மல்லிகைக் கொடியல்ல, அதன் அருகே இருந்த வாழைமரம்.

வாழை மரத்துச்செம்பழுப்பு நிறத்து இரண்டு பெரியப் பூக்களை ஒருமுறையும் அதே பார்வையின் திசையில் தொலைவில் நின்ற மலையின் இரண்டு சிகரங்களையும் ஒருமுறை பார்த்தபோது ஈ ஒன்று அவன் பக்கம் வந்தது.

பக்கத்து சாக்கடையோ, கழிவறையோ இந்த அநாதை சிசுவை காப்பாற்றி வளர்த்து பறக்கக் கற்றுக்கொடுத்திருக்க வேண்டும். தன் தலையை சபாஷ் என்பது போல அசைத்தான். அசைத்த தலையை ஈ கரகர என்று சுற்றியது. கன்னத்தில், மூக்கில், காதில், உதட்டில், மண்டையில், மூளையில் படபட என்று அடித்தது. அதன் இயல்பான பாட்டுக்கும் ஆட்டத்திற்கும் முன்னால் கதக்களி பரத நாட்டியம் சோடை போனதுப் போலத் தோன்றியது. அதன்

கொய்ங்...ங்..ங்.. பாட்டுக்கும் ஆட்டத்திற்கும் மனம் ராக் அண்ட் ரோல் ஆடியது.

தமிழ்ப் பட நடிக சிகாமணி போல அவன் துடித்தான். மியூசியமில் இருக்கும் பன்முக கண்ணாடியில் தெரிவதுபோல தன் முகத்தை நூறு கோணங்களில் பலவகையாகப் பார்த்தான். திரையொன்று நழுவி விழுந்து அவன் அந்தப் பக்கமாகவும் நின்றான், இந்தப் பக்கமாகவும் நின்றான். அந்தப் பக்கம் நின்ற அவன் இந்தப் பக்கம் நின்ற இவனிடம் கூவிச் சொன்னான்.

“டே பயலே, வாழைமரத்துப் பூவைப் பாத்தையாடா, மலைச் சிகரத்தைப் பாத்தையாடா, ஈ-க்கு பின்னால ஓடுவதை விடு?”

அவன் பேச்சைக் கேட்டு இவன் உடம்பைக் கீறிக்கொண்டான், முடியைப் பிய்த்துக்கொண்டான். பனியனைத் தூக்கி வயிற்றைத் தடவி, ஆள்காட்டிவிரலை தொப்புளுக்குள் வைத்து சுழற்றினான்.

முடிவில் இவன் வாய் திறந்தான். “வேண்டாங்கண்ணு, உன் பின்னால் இருக்கிற விவேகானந்தர் படத்தைப் பார்; அவர் கையில் இருக்கும் தடியைப் பார், அவர் முகத்தின் மீது இருக்கும், கண்ணுக்குள் இருக்கும், இதயத்தில் இருக்கும் ஒளியைப் பார்.”

கொஞ்சம் பருமன், ஒளி ஊடுருவும் சிறகுகள், மென்சிகப்பு முகம் கொண்ட அந்த ஈ சரசர என்று கம்பியின் மீது ஏறியபோது, கமல் சர்க்கஸில் கிளர்ச்சியூட்டும் பெண்ணின் நினைவு வந்தது. நடுவில் நீண்ட கம்பத்தின் மீது அவள் பரபர என்று ஏறும்போது, கம்பத்தின் உயரத்தைப் பார்க்காமல், அவள் உடம்பின் மீது இருந்த இரண்டே இரண்டு துண்டுத் துணிகளைப் பார்த்திருந்தான். ஆடை பட் என்று தெரித்துக் கிழிந்தால்...!

“*A woman is always born; but never made*” என்று தோன்றியது அவனுக்கு. எந்த நாட்டின், எந்த மொழியின் பொன்மொழி அது என்று யோசித்தான். எந்தப் புத்தகத்தில் படித்தது என்று தலையைச் சொறிந்துகொண்டான். மனம் சிரித்து வாய் கோணி சிகரெட்டால் வறண்ட உதடு மலர்ந்தது... *but a fly?*

தலை மீது விரல்களை ஒட்டிய போது ஈ நாட்டியமாடியது. முன் கால்களால் முகத்தைத் துடைத்து சுத்தம் செய்துகொண்டது. கொய்ங்.. கொய்ங்... என்று பறந்து பறந்து இன்ப ராகம் பாடியது.

அதன் ஒயிலுக்கு மனம் லயித்த, மற்றொரு ஈ துணையாக வந்து சேர்ந்தது; வெல்லத்திற்கு வெல்லப் பிரியர்கள் மொய்ப்பதுபோல.

ஒன்றோடு ஒன்று சேர்ந்து சன்னல் கம்பிகளைச் சுற்றின. ஹிந்தி படத்துக் காதலர்கள் மரத்தைச் சுற்றுவதைப் போல. அவனுக்குப் புரியாத மொழியில், பாவத்தில் பேசிக்கொண்டன. அவற்றின் குடும்பப் பிரச்சினையாக இருக்கலாம் என்று நினைத்தான். ஈக்களின் மொழியையாவது ஆராய்ச்சி செய்திருந்தால்; இப்போது முனைவர் பட்டமாவது கிடைத்திருக்கும் என்று தோன்றியது.

அவை ஒன்றை ஒன்று முத்தமிட்டுக்கொண்டன. ஓடிவிளையாடின. கண்ணாமூச்சி, குதறல், சண்டை, புதிதாகத் திருமணமான மனித விலங்குகள் போல.

கடைசியில், ஒன்றன் முதுகில் மற்றொன்று ஏறியபோது அவன் விரல்களால் கண்களை மூடிக்கொண்டான். ஆனால் என்ன திருட்டுக் கண்கள். விரல் இடுக்குகளுக்கு நடுவே ஒரே ஓட்டை...

அவன் அசிங்கம் என்று நினைத்தான். த்தூ என்றான். பிறகு அசிங்கம் என்ற வார்த்தை அழகாக இருக்கிறதே என்று தலையைச் சொறிந்துகொண்டான்.

குளிர் காற்று வெளியே இருந்து மெல்ல வீசியது. குப்பை நாறியது. அறைக்குள் மெல்லிய மணம் நுழைந்தது. காற்று குளிர்ச்சியாக இருந்தாலும் அதன் ஒரு பகுதி கதகதப்பாக இருப்பது அவனுக்கு அனுபவமானது. அந்த இதமான காற்றின் பரிமளத்தில் தன்னைத் தானே சுற்றவேண்டும் என்று தோன்றியது. அவன் சிறு பிள்ளையாக இருந்தபோது அம்மாவின் சேலையைச் சுற்றிக்கொண்டு படுப்பது நினைவிற்கு வந்து, பழையத் துண்டுச் சேலை மீது மற்றொரு பழைய துண்டுச் சேலை, நடுவில் புது உயிர்ப்புடன் ஒரு உடல்.

'22' வயதான பேண்ட் அணியும் தான் ஒரு காலத்தில் சேலையா சுற்றிக்கொண்டு இருந்தேன் என்பதை நினைத்து அவன் கலகல என்று சிரிக்க முயற்சித்தான்.

அமைதியாக நின்ற நீரில் விரலை ஆட்டும்போது வரும் சிரிப்பு அது. வீணையின் தந்தியை மீட்டுவதுபோல. தன் சிரிப்பல்ல அது. தன் சிரிப்பின் பிராண்ட் தனக்குத் தெரியாதா, கடுசான ஆண் சிரிப்பு.

காதை கூர்மையாக்கிக்கொண்டு, கண்ணைத் திறந்து, உடம்பை ஸ்பாஞ்ச் போல ஆக்கிக்கொண்டு உட்கார்ந்து கேட்டான்.

கலகல சிரிப்பு... பெண் சிரிப்பு... காற்றில் மிதந்து ஆடிக்கொண்டே வந்தது. அவன் தலையை கம்பி மீது முடிந்த அளவுக்கு அழுத்தி விழிகளை கடைசிவரை, கண் வலிக்கும்வரை சூழற்றிப் பார்க்க முயற்சி செய்தான்.

காற்று அலையொன்று படபடவென்று அடித்தது. அவன் கண் முன் நூறு தோரணையில் நடனமாடியது. மனதிற்கு நவரசம் ஊட்டியது. கூத்தாடியது. பிறகு கண்மறைந்தது.

அய்யோ முந்தானை, மாங்காய் பார்டர் போட்டது, முந்தானைக்குப் பிறகு என்ன இருக்கிறது – சேலை; எந்த சேலை? ஜார்ஜெட், ஷீஃபான், நைலான், கிரேப், அந்தச் சேலைக்குள்? பெண்... எந்தப் பெண்? அந்தப் பெண்ணுக்குள் இதயம்... எப்படிப்பட்ட இதயம்? ஓ இது வாரப் பத்திரிகையின் சிறார் பகுதியின் கேள்வி பதில் போல என்று நினைத்தான்.

எதிரில் இருந்த விவேகானந்தரின் தடியையும், வழுவழுப்பான தலையையும் பார்த்தான். எழுந்து அதை மறுபக்கம் திருப்பினான். அந்தப் பக்கத்தில் சோஃபியா லோரெனா படம். ஒரு ஞாயிறு அன்று அவன்தான் அங்கே இணைத்தான். கல்லூரி வாசகசாலை அறையில் இருந்த ஸ்போர்ட்ஸ் அண்ட் பாஸ்ட் டைம்-லிருந்து கிழித்துத் திருடிக்கொண்டு வந்தது. ஒரே சட்டத்தின் ஒரு பக்கம், விவேகானந்தர் மறுபக்கம் லோரெனா. ஒரே நாணயத்தின் இரு முகங்கள்.

விவேகானந்தர் சுவற்றைப் பார்க்கத் தொடங்கினார். ‘சோஃபியா’ கொக்கோகா பார்வையில் அவன் பக்கம் திரும்பி இருந்தாள்.

ஓ *Sex appeal* இப்போது தெரிந்தது. *Sex appeal* என்றால் என்ன!

அவன் மகிழ்ச்சியால் உடம்பைத் தடவிக்கொண்டான். ஆர்க்கிமிடீசுக்கும், நியூடனுக்கும், கொலம்பசுக்கும் மீறிய ஆனந்தம் அது.

Sex appeal என்பதற்கு கன்னடத்தில் என்ன பொருள்? இடது கை விரல் ஒன்றின் நகத்தை வாயில் வைத்துக்கொண்டு கடித்துக்கொண்டே யோசித்தான். புத்தக அலமாரியில் கஸ்தூரி,

காரந்தரின் அகராதிகளைப் புரட்டினான். பிறகு அவற்றின் மீது படுத்துக்கொண்டான். கன்னடத்தில் *Sex-appeal* இல்லையா என்று யோசித்துக்கொண்டே விரலை நறுக் என்று கடித்துவிட்டான். ஆய்.. என்று கத்தியபோது மறுபடியும் கண்ணில் விழுந்தவள் சோஃபியா லோரெனா!

[சோஃபியா லோரெனா குழந்தையாக இருந்தபோது அவள் ஆடை அணிய மாட்டேன் என்று அழுவாளாம். (அவளுடைய அப்பா, அம்மா இருக்கிறார்களா அவனுக்குத் தெரியாது) வேண்டாம் கண்ணு, துணி போட்டுக்கோ என்றார்களாம். அவள் ஊஹூம் என்று அழ ஆரம்பித்தாளம். பிறகு பெரியவளான பிறகும் அதே பிடிவாதம். அப்போது அவளுடைய கொழுத்த உடலைப் பார்த்து அவள் அப்பா அம்மா அழுதார்களாம். ஆனால் சுற்றி இருந்த அட்மைரர்கள் காக்டைல் கைதட்டினார்களாம். கைதட்டலின் தாளத்திற்கு எல்லோரும் ஆடிப்பாடி குடித்துக் கும்மாளமிட்டு மெய்மறந்தார்களாம்.]

- தன் கற்பனை. ஜெட் விமானத்து வாலைப்போல வளர்வதைக் கண்டு அவன் பெருமைப் பட்டுக்கொண்டான். தன் முதுகைத் தானே தட்டிக்கொடுத்தான்.

[ஆடிப்பாடி சோர்ந்துபோனான். வியர்த்தான். சோஃபியா ஒய்யாரமாக நின்றிருந்தாள். (நேராக நிற்க முடியாமல்) அப்போது கேமராக்காரன் ஸ்மைல் ப்ளீஸ் என்று சொல்லி இருக்கவேண்டும்]

அன்று கேமராக் கண் கண்ட சோஃபியாவின் தோரணை இன்று இவனைப் பார்த்துக்கொண்டு நின்றது.

ஈக்கள் இரண்டும் அவனைச் சுற்றி சுற்றத் தொடங்கின. ஹிந்திப் படத்தில் நாயகன் நாயகி மரத்தைச் சுற்றுவதுபோல சுற்றின. தமிழ் படத்து அரசமர டான்ஸ் போல ஆடின. டர்ட்டி இண்டியன் பிக்சர்ஸ், செக்ஸ் அப்பீல் கிடையாது; சும்மா மரத்தைச் சுற்றுவது, அரசமரத்தளவு பெரிய உடம்பை ஆட்டுவது.

மறுபடியும் திரை விழுந்து அந்தப் பக்கம் அவனும், இந்தப் பக்கம் இவனும் நின்றார்கள். உட்பக்கமாக நின்றிருந்த இவன், காதைத் திருகிச் சொன்னான் – "கண்ணு சோஃபியா லோரெனா செக்ஸ் அப்பீல் உனக்கு இதுவரை ஏன் புரியவில்லை, தெரியுமா. அதற்கு கன்னடத்தில் என்ன பொருள் என்று தலையைச்

சொறிந்து சொறிந்து புண்ணாக்கிக்கொண்டாயே? டிக்சனரி மீதே தூங்கிப்போனாயே? இதுவரை இல்லாத செக்ஸ் அப்பீல் உனக்குத் தெரியவேண்டும் என்றால், இன்று உன் பார்வையிலும், இதயத்திலும் நிறைய செக்ஸ் நிறைந்திருக்க வேண்டுமல்லவா?

அந்தப்பக்கம் இருந்த அவன், இந்தப் பக்கம் இருந்த இவனுடைய பேச்சைக் கேட்டு உரக்க உருமினான். உடம்பை ஆட்டிக்கொண்டே சொன்னான் "திருட்டுப் பயலே, முந்தானையைப் பாத்திருக்கதானே, சோஃபியா லோரெனாவை ஒருமுறை கூர்ந்து பார், அந்த மலைச் சிகரங்களைப் பார், அந்த வாழையின் வழுவழுப்பான உடம்பின் மீது இருக்கும் மனோகரமான மொஃட்டுக்களைப் பார்."

ஈக்கள் சர்க்கஸ் செய்தன. தலைகீழாக ஏறின. சர்ரென்று இறங்கின. அவன் தலையைச் சுற்றி கரகர என்று சுற்றின.

சன்னலுக்கு அருகே யாரோ குசுகுசு என்று பேசினார்கள். அமைதியான பௌர்ணமி இரவில் தெளிந்த குளத்தில் விரல் அசைத்தால் உண்டாகும் ஒலி அது. நகரத்து எல்லா பகுதிகளிலும் சிலோன் ரெடியோவை அணைத்துவிட்டு, திடீர் என்று எல்லாம் அமைதியான பிறகு வீணையை மீட்டினால் ஏற்படும் குரல்.

குசுகுசு குரல். சிரித்தது. நெகிழ்ந்தது, மறுபடியும் சிரிப்பு, சிரிப்பு பிளஸ் அழுகை, அழுகை பிளஸ் சிரிப்பு. அவன் சன்னல் பக்கமாக செவியைக் கூர்மையாக்கி அதைக் கேட்க முயன்றான். ஓ ஆண் பெண்களின் ஊடல். குடும்பக்கஷ்டப் பிரச்சினை. அவர் நெஞ்சங்களின் கதறல். என்றென்றும் தீராத அழுகை. சந்திரமண்டலம் போனாலும் தீராத துன்பம். மார்க்ஸ் ஆட்சி வந்தாலும் சரியாகாத துயரம் அது.

முந்தானைக்குப் பிறகு சேலைக்குள் இருந்த பெண் பேசிக்கொண்டே சன்னலுக்கு அருகே வரவேண்டுமா? அருகே இருந்த ஆண் அவள் தோள் மீது முழங்கையை ஊன்றி "ஸ்ரீ கிருஷ்ண பரமாத்மா" போல நிற்க வேண்டுமா! அப்போது காற்று அலையொன்று எழவேண்டுமா? அதில் முந்தானை சுதந்திரமாக ஆடவேண்டுமா?

ஓ! என்று அவன் கண்ணை மூடிக்கொண்டான். ஆனால் பழக்க தோசம்; கைவிரல் சந்தில் ஓட்டை. மனம் மூடவிடாத கண்,

விரல் இடுக்கிலிருந்து பார்த்தது. மலைச் சிகரங்கள், வாழைப்பூ மொட்டுக்கள்.

இரண்டு ஈக்கள் அவன் தலையைச் சுற்றி சுற்றி வந்தன. படபட என்று தங்கள் சிறகுகளை அடித்தன. சீண்டித் தீண்டி, பறந்து பறந்து நாட்டியமாடின.

ஒரு ஈ கொஞ்சமாகத் திறந்திருந்த கதவின் இடுக்கில் வெளியே பறந்தது. மற்றொன்று அதன் பின்னால் புர்...ர்... ர்... ர் என்று தொடர்ந்தது. அவற்றின் பின்னால் இவனும் வெளியே அடி எடுத்து வைத்தான்.

அவன் ஓசை இல்லாமல் துப்பறியும் நாவலில் வரும் துப்பறிபவன் போல சுளிவு கொடுக்காமல், மெல்லக் கதவைத் திறந்து, வெளியே கால்களை ஒவ்வொன்றாகப் பதித்து, தடுமாறிக்கொண்டே... வானத்தின் பக்கம் முகம் மனம் இரண்டையும் திருப்பிக்கொண்டிருந்த அவர்கள் அருகே வந்து தன் வேட்டையின் மீது தாவும் புலியை நினைத்துக் கொண்டான்.

அவள் அய்யோ என்று அலறினாள். 'ஹிஸ்ட்டீரியா... ஹிஸ்ட்டீரியா...' என்று கத்தினாள். அவளுடன் இருந்த ஆணும் கூட ஹிஸ்ட்டீரியா ... ஹிஸ்ட்டிரியா என்று உளறினான். பிறகு பைத்தியம் பிடித்தவன் போல அவன் முதுகின் மீது குத்தத் தொடங்கினான். கத்தினான். மறுபடியும் குத்தினான்; மறுபடியும் கத்தினான்.

எல்லோரும் சேர்ந்து அவள் உடம்பில் ஒட்டிக்கொண்ட அவனைப் பிரித்தார்கள். பிறகு அவனுடன் புட்பால், வாலிபால் விளையாடினார்கள்.

உடம்பெல்லாம் இரத்தமாக இருந்த அவன், உடைந்த தாடையை கையின் பின்பகுதியால் துடைத்துக்கொண்டு செங்கண்களுடன் அவள் முகத்தைப் பார்த்தான். பிறகு அவன் பார்வை மெல்ல அவள் கண், உதடு, தாடை, கழுத்து, மார்புவரை இறங்கியது. எதிர்பாராத தாக்குதலால் ஏறி இறங்கிய அவள் மார்பின் வெள்ளை ரவிக்கை மீது அந்த கறும் பழுப்பு நிற ஈ நசுங்கியிருந்தது.

அவன் அதை விரலால் சுட்டிக் காட்டினான். எதையோ சொல்ல தடுமாறினான். கண்கள் விரிந்தன. உதடு மலர்ந்தது.

நெஞ்சின், கண்ணின், உதட்டின், விரலின் மொழியறியாமல் சுற்றி இருந்த மக்கள், 'கிறுக்குப் பய, முதல்ல இருந்து பெண் பித்து. இவனால இந்தத் தெருவில இருக்கிற பொம்பளப் பிள்ளைங்க நிம்மதியா இருக்க முடியறதில்லை' என்றார்கள்.

'எங்கேயோ பூட்டிவைக்க மறந்துட்டாங்க போல; ஓடியாந்துட்டான்' என்றார்கள் மேலும் சிலர்.

நான்கு பேர் அவனை பிடித்துத் தூக்கி அறைக்குள் தள்ளி, வெளியே இருந்து கதைவைச் சாத்தி, கையை உதறிக்கொண்டு போனார்கள்.

அறையின் தரை மீது உருண்டுவிழுந்த அவன் ஒருமுறை கண் திறந்து சுற்றிலும் பார்த்தான். சோஃபியா லோரெனா திருட்டுப் பார்வை பார்த்தாள்.

எழுந்தவன் தன் இரத்தக் கறை படிந்த கையால் அவளை விளாசினான். கண்ணாடி, ஆணி, சட்டம் இவன் கையைக் குத்தின. நியூட்டனின் மூன்றாம் விதியின்படி, சோஃபியா, விவேகானந்தர் இருவரும் ஒன்றாக உடைந்து தரையில் விழுந்தார்கள்.

ஓ என்று இரத்தக் கையை நெற்றியில் ஒற்றிக்கொண்டான். ஆனால் அங்கேயும் இரத்தம் பீய்ச்சி நெற்றி மீது சிந்திக்கொண்டிருந்தது. இரத்தம் சிந்தும் கை, இரத்தம் சிதறும் நெற்றிக்கு உதவ முயன்றது. பிறகு அந்த வேலை முடியாது என்று புரிந்து தோற்று ஒதுங்கியது.

இரத்தம் முகத்தின் மீது ஓடியது. சன்னலுக்கு வெளியே போன தன் துணையை இழந்த அந்த ஈ மீளத் திரும்பி வந்தது. உடைந்து கிடந்த படத்தின் அருகே போனது. ஒவ்வொரு மூலையையும் சோதித்தது. பிறகு அவன் தலையைச் சுற்றி சுற்றத் தொடங்கியது. தலைக் காயத்திற்கு அருகே வந்தது. ஒரு நொடி சந்தேகித்து தன் முகத்தால் அந்த காயத்தைத் தடவியது.

1960களில் கன்னடத்தில் வந்த புதுவகையான சிறந்த கதைகளில் ஒன்று. ஸ்ரீகாந்தா எழுதியது மிகவும் குறைந்த அளவிலான கதைகள். ஆனால் அவை அப்போது மிகவும் பேசப்பட்ட கதைகளாக இருந்தன.

– *குறி காலாண்டிதழ்,*
ஆகஸ்ட்-செப்டம்பர்-அக்டோபர் 2021

சாந்தி கே. அப்பண்ணா

கர்நாடகாவின் குடகு பகுதியைச் சேர்ந்தவர். படித்தது நவோதயா பள்ளியில். பிறகு நர்சிங் படிப்பை முடித்து, தற்போது சென்னை ரயில்வே மருத்துவ மனையில் வேலையில் இருக்கிறார். இவர் சிறுகதைகளை சில ஆண்டுகளாக எழுதி வருகிறார். வர்தமானா.காம், பிராஜாவாணி போன்ற பத்திரிகைகள் நடத்திய சிறுகதைப் போட்டிகளில் முதல் பரிசை வென்றவர். சந்தா புத்தக பரிசையும் வென்றுள்ளார். 'மனசு அபிசாரிகை' என்ற சிறுகதைத் தொகுப்பு கன்னடத்தில் வெளிவந்துள்ளது.

பயணம்

"மேடம், சாரி, ஐ குடண்ட் ஹெல்ப் யூ... த அதர் ஆக்யுபண்ட் ஹேஸ் கம்... யு ஹேவ் டு ஷேர் திஸ் சீட் வித் ஹிம்." டி.டி உணர்ச்சியில்லாமல் சொல்லிப் போகும்போது மேல் பெர்த்தில் உட்கார்ந்திருந்த தமிழ் பையன் கிசுக் என்று சிரித்தான். "மேடம், உங்கள் பிரேயர் வேஸ்ட் ஆச்சு பாருங்க..." நான் உதட்டைச் சுளித்துச் சிரித்தேன். அப்படிச் சிரிக்கும் நான் வேண்டுமென்றே கொஞ்சம் அதிகமாக உதட்டைக் கோணிச் சிரித்தேனோ என்று தோன்றியது. உடனே சிரிப்பை மறைத்து அந்த பாகேஷனின் வரவிற்கு காத்திருந்தேன். தமிழ் பையனும், எதிர் அமர்க்கையில் இருந்த நாயுடு சாரும் மற்ற மூன்று நடுவயது ஆண்களும் கூட என்னுடன் சேர்ந்து அவன் வரவை எதிர்பார்ப்பது போல எனக்குத் தோன்றியது. இதோ வந்துவிடும் என்று எதிர்பார்த்த பூதமொன்று திடீர் என்று எதிரே தோன்றியது போல அங்கே ஆர்வம் ஏற்பட்டது. விடுங்க, அது ஒண்ணும் சும்மா வரவில்லை.... இதுக்கு முன்னையே நாங்க பாகேஷனை வாயில் போட்டு மென்னு துப்பியிருந்தோம். அநேகமாக இதில் முக்கியப் பங்கு என்னுடையதாகத்தான் இருக்கும். அறிமுகமில்லாத ஒரு பையனுடன் இருக்கையைப் பகிர்ந்துகொள்வது புல்லரிப்பாகவும், பயம் கலந்த ஆர்வமாகவும் எனக்கு இருக்கவில்லை என்றால் அது சுத்தப் பொய்யாகும். ஆனால் அதை யாருக்கும் காட்டி இருக்கக் கூடாது! அதனால்தான் கொஞ்சம் அதிகமாகப் பேசிவிட்டேனோ...

இதற்கு முன்பு ஒருமுறை இது போலவே நடந்திருந்தது. அன்று நானும் என் கணவர் சுப்பிரமணியும் திருமணமான புதிதில் இப்படி ஒரே இருக்கையைப் பகிரவேண்டிய சூழ்நிலை ஏற்பட்டது. அன்று நான் உண்மையாக ஒரு அதிசயமான மனக் கிளர்ச்சியில் தவித்தேன். அத்தை, மாமா, நாத்தனார் குடும்பத்துடன் அவள் ஒன்றாகவே இருந்து, அன்றுதான் முதல்முறையாக கணவனுடன் இரயிலில் ஒரே அமர்க்கையை பகிர்ந்துகொண்டு சென்னைக்குப் புறப்பட்ட இளமை எழுச்சி அது. சின்ன ஷாலில் கால்களை மறைத்துக்கொண்டு, அடிக்கடி எட்டிப்பார்த்த வெட்கச் சிரிப்பை அடக்கிக்கொண்டு என்னுடையவன் பக்கம் மெல்லக் காலை நீட்டினேன். ஒரு ஓரத்தில் அவன், மறு ஓரத்தில் நான். நிறைந்த வீட்டுக்குள் நான் எங்கே தொலைந்து போவேனோ எனக்கே தெரியாது. கணவனின் வேலையும் அப்படிபட்டது. காலை ஏழு மணிக்குப் புறப்பட்டால் திரும்புவது இருள் கவிந்து இருட்டாகி பேருந்துகள் எல்லாம் நின்று லாரிகள் ஓடும் நடு இரவில். அறையில் அத்தை தனியாக குசு விட்டுக்கொண்டு தவித்துக் கொண்டிருப்பார். மறுபக்கம் ஹாலில் மாமா இரவு முழுதும் இருமிக்கொண்டே, பீடி புகைத்துக் கொண்டு, நொடிக்கு ஒருமுறை எழுந்து போய் மூத்திரம் அடிக்க வெளிச்சத்தைப் பாய்ச்சுவார். இடையில் ஒருமுறை எழுந்து "பாரு, யாரோ கூப்பிடறாங்க, பின் தெருவில் பேய் இருக்கு" என்று முனங்கிக்கொண்டு நடு இரவில் எழுந்து கதவிற்கு பழைய செருப்பைக் கட்டி விட்டு, வீட்டைச் சுற்றி மூத்திரம் அடித்துக்கொண்டே சுற்றி வருவார். இவ்வளவு ரகளை நடந்து கொண்டிருந்தாலும் அவன் நடு இரவில் வீட்டிற்கு வந்து சந்தையில் தூக்கி எறிந்த வெங்காய மூட்டையைப்போல அசட்டையாக விழுந்துகொள்வான். அவன் குளித்து வரவேண்டும் என்று எனக்குத் தோன்றும். ஆனால் குளித்தாலும் எந்தப் பயனும் இருக்காது... அந்த ஹாலில் ஒரு பக்கம் நான், அவன், மாமா, கீழே விரித்துக்கொண்டு படுத்திருக்க, நாத்தனாரும் அவள் குடும்பமும் மறுபக்கம் கிடக்கும். அங்கே எதுவும் நடக்க வாய்பில்லை. ஏதாவது கொஞ்சம் நடக்கட்டும் என்று நான் கொதித்த மண் போல புழுங்கிக் கொண்டே படுத்திருக்க அவன் இணங்காத தனி மேகமாக தன் உலகில் மிதந்து கொண்டிருப்பான். அத்தனையையும் தாண்டி அன்றுதான் முதல் முறையாக! அவனுடன் மகிழ்ச்சியாகப் புறப்பட்ட முதல் பயணம். அவன் பக்கம் நீளமாக காலை நீட்டி அவன் கால்களுக்கு கிச்சுக்கிச்சு மூட்ட முயற்சி செய்தேன். கண்கள்

கொஞ்சிக் கொஞ்சி வெட்கத்தை சிந்திக் கொண்டிருக்க வேண்டும். “டீ, கால எடு, என் பேண்ட் லைட் கலரா இருக்கு...” அவன் சிடுசிடுக்க... நான் தடுமாறினேன். கண்களில் ஒளிரிய வெளிச்சம் அணைந்து முகம் கறுத்தது. நான் பேசாமல் வெளியே பார்வையைத் திருப்பி இருளைக் கண்களில் நிரப்பிக்கொண்டேன். “நீ படுத்துக்க. நாளைக்கு உனக்கு எக்ஸாம் இருக்கல்ல,,,” அவன் எழுந்துபோய் இரயில் கதவருகே வெகு நேரம் நின்றிருந்தான். நான் ஊசலாடிக்கொண்டிருந்த இரயில் பெர்த்துக்கு ஒட்டிக்கொண்டு காலைச் குறுக்கிப் படுத்துக்கொண்டேன். அன்று இரவு புழுக்கத்தில் ஒன்று தோன்றியது.... ஒருவேளை வேறொரு பையனுடன் இப்படி பெர்த்தைப் பகிர்ந்துகொள்ள முடிந்திருந்தால்! அதெல்லாம் நடந்து பத்து ஆண்டுகளானது. வாழ்க்கை உணர்ச்சியற்ற சாலையைப் போல கேட்ட சத்தங்களை எல்லாம் உள்வாங்கிக்கொண்டு தானும் மௌனமானது. நடக்க நடக்க நீளும் வாழ்க்கை என்றாவது நிறுத்தத்திற்கு வருமா... அதுவரை இப்படியே நடப்பது, யாருக்குத் தெரியும் எந்தத் திருப்பத்தில் எந்த வியப்பு ஒளிந்திருக்கிறதோ... இப்படி எண்ணிக்கொண்டே முழுமையாகப் பத்து ஆண்டுகளை கடந்து விட்டேன்! வெந்தது நொந்தது எல்லாம் முடிந்து சூடேறிக் குளிர்ந்த இடைக்காலம். வாழ்க்கை ஒரு நிலைக்கு வந்திருந்தது.... எதுவுமே இல்லாமல் மகிழ்ச்சியாக இருப்பதைக் கற்றுப் பழகிக் கொண்டது. அதுவரை மகிழ்ச்சியாக இருப்பதையும் பழகிக்கொள்ளலாம் என்று எனக்குத் தெரிந்திருக்கவில்லை.

“சீட் கன்பர்ம் இல்லை. ஆர்.ஏ.சி கிடைச்சிருக்கு. சைட் பெர்த். நீ எதுக்கும் சீக்கிரமாப் புறப்படு. தெரிஞ்ச டிடியா இருக்காரு, நல்லது. செபாஸ்டியன் டூட்டில இருக்கானா பாரு” என்று சுப்ரமணி ஃபோன் பண்ணியிருந்தான். நினைத்தது போலவே செபாஸ்டியன் டியூட்டியில் இருக்கவில்லை. என் சீட்டு பாகேஷுடன் பகிர்ந்தாகிவிட்டது. அவன் வராமலிருக்கட்டும் என்று எல்லோர் முன்னாலும் பொய்யாக வேண்டிக்கொண்டேன்... இப்போது அவன் உண்மையாகவும் வந்து நின்றிருந்தான். அவன் எதையாவது சொல்வதற்கு முன்பே நான் சரிந்து கொண்டேன். அவன் நல்ல உயரம். பழுப்பு நிற ஜீன்ஸ் மீது ஊதா டீ ஷர்ட். ஏதோ மயக்கும் ஸ்ப்ரே அடித்திருந்தான். ஏ.சி.கோச்சின் நடுங்க வைக்கும் குளிர்... கடவுளே! மனமே சத்தம் போடாமல் படு என்று உள்ளுக்குள்ளேயே அதை சமாதானப்படுத்தினேன். மனது வைத்திருந்தால் நாயுடு சார் அவர் சீட்டை எனக்கு

விட்டுக் கொடுத்திருக்கலாம். ஆனால் அவர்கள் எல்லோரும் சத்தமில்லாமல் ஆர்வமாக இருந்தார்கள் என்று தோன்றியது. ஓர் ஆர்வத்திற்குக்கூட அவன் என் பக்கம் திரும்பவில்லை... நான் மனதை வருடிக் கொடுத்து, அமைதிப்படுத்தி கையிலிருந்த புத்தகத்திற்குள் புதைந்து போனதுபோல ஓரக்கண்ணால் அவனை கவனித்தேன். அவனிடம் ஒரு அழுக்குப் பை இருந்தது. அது பல நாட்களாக அவனுக்கு உழைத்துத் தேய்ந்திருப்பது தெளிவாகத் தெரிந்தது. அவன் சரசரவென்று ஒரு பெட்ஷீட்டை எடுத்து கால் மீது போட்டுக்கொண்டு, மறு ஓரமாக காலை மடித்து, பையிலிருந்து இயர்ஃபோனை எடுத்து காதில் பொருத்திக் கொண்டு பாட்டுக் கேட்பவன் போல மொபைலில் கண்ணைப் பதித்து உட்கார்ந்தான். இப்போது முன்னால் உட்கார்ந்த அவன் என்னை ஃபோட்டோ எடுத்தால் என்ன கதி; அது எனக்கு எப்படித் தெரியவரும் என்று பயமானது. மெல்லத் தலையைத் தூக்கி பக்கத்து சீட்டில் உட்கார்ந்திருந்த நாயுடு சாரைப் பார்த்தேன். அவருக்கு ஏதோ தோன்றி இருக்க வேண்டும். அவர் அக்கறை காட்டுபவர் போல, “பெட்ஷீட் போத்திக்கிட்டு உட்காரும்மா... நாங்கல்லாம் இல்லை... அப்பாடி, எனக்கு இப்பக் கொஞ்சம் ஸ்ட்ரைனாயிருக்கு படுத்துக்கிறேன்” என்று பெர்த்தை விடுவித்துக்கொண்டு படுத்தார். நான் முகத்தைக் காட்டக்கூடாது என்று பயந்து மேலும் குனிந்து புத்தகம் படிப்பதுபோல பாசாங்கு செய்தேன். “ஹலோ மேடம் எதுக்கு அவ்வளவு அன்கம்ஃபர்டபலா உக்காந்திருக்கீங்க? நல்ல வசதியா உக்காருங்க” அவன் கன்னடம் தெளிவாக இருந்தது. தமிழனோ, தெலுங்கனோ அல்ல, சுத்தக் கன்னடக்காரனாக இருக்கவேண்டும் என்று தோன்றியது.

“சரி, நீங்க மொபைலில் என்ன பாத்துக்கிட்டு இருந்தீங்க?”

“எதுக்கு?” என் கேள்வியால் அவன் சிறிது இர்ரிடேட் ஆனது நன்றாகவே தெரிந்தது. ஆனால் நான் ஒரு முடிவுக்கு வந்திருந்தேன். சும்மா மனதில் எதையோ கற்பனை செய்துகொண்டு சிரமப்படுவதை விட நேராகப் பேசி விடுவது நல்லது என்று தோன்றியது. “அதல்ல, நீங்க எதைப் பார்த்தாலும், ஃபோனை கீழ வைச்சுக்கிட்டுப் பாருங்க. அது என்ன என் முகத்துக்கு நேர பிடிச்சிக்கிட்டுப் பாக்கறது? நீங்க என்ன ஃபோட்டோ எடுக்கமாட்டீங்கன்னு என்ன கியாரண்டி?”

“மேடம், சும்மா இல்லாத ஐடியாவெல்லாம் தரவேண்டாம். இதுவரை அப்படி எல்லாம் யோசிக்கலை. இப்பத் தோணுது எதுக்கு எடுக்கக் கூடாதுண்ணு. நீங்க அழகா வேற இருக்கீங்க. யூஸ் ஆகும்” அவன் மீசைக்குக் கீழே சிரிப்பதை கண்கள் திறந்து வைத்தன.

“என்ன பேசறீங்க?” கோபம் வந்தாலும்... நீங்க அழகா இருக்கீங்க என்றது இதமாகவே கேட்டது.

“என்னம்மா, என்ன ப்ராப்ளம்?” நாயுடு சார் சீட்டை விட்டெழுந்தார்.

“நத்திங் அங்கிள், சும்மா வேடிக்கைக்குச் சொன்னேன் மேடம். அப்படி எல்லாம் நான் எதுவும் செய்யமாட்டேன்... யூ ப்ளீஸ் பி கம்ஃபர்டபல். நீங்க வேணுமுன்னா அந்த அங்கிளை கூப்பிட்டு உட்கார வைச்சுக்கங்க. நான் அவர் சீட்டில உக்காந்துக்கிறேன்” அவன் வேண்டுமென்றே மிகவும் நாடகத் தன்மையுடன் பேசுகிறான் என்று எனக்கு அதிர்ச்சியானது. நாயுடு சார் தன் தலைக்கு வரும் பிரச்சினையை நாசூக்காக தவிர்க்கும் முனைப்பில், “அதெல்லாம் ஒண்ணும் வேண்டாம், நீ மொபைலை மடியில வைச்சுக்கிட்டுப் பாரு... போதும். நான் ஒரு பீபி பேஷண்ட் எனக்கு டென்ஷன் கொடுக்க வேண்டாம்” என்று முக்காடு போட்டுப் படுத்துக்கொண்டார்.

அந்த பாகேஷனின் உதட்டில் மீள சின்னக் குறும்புச் சிரிப்பு. “சரி அங்கிள் நீங்க படுங்க, நான் லைட்டை ஆஃப் பண்றேன்” என்று அவன் திரையை இழுத்து, லைட்டை ஆஃப் செய்தபோது எனக்கு உண்மையாகவும் திக் என்றது. ஆனால் எதையும் காட்டிக்கொடுக்கக் கூடாது என்று, அமைதியாக இருப்பதுபோல புத்தகத்தை மூடி சாய்ந்து உட்கார்ந்து கொண்டேன்.

“மேடம், உங்க பெட் லைட்டை ஆன் பண்ணிக்கங்க. அந்த வெளிச்சத்திலேயே படிக்க முடியும்” அவன் அப்படிச் சொல்லிக்கொண்டே, மொபைலை அணைத்து, பாட்டில் மூழ்கிப் போனவன் போல கண்ணை மூடிக்கொண்டு பின்னால் சாய்ந்தான். ச்சே ச்சே... நான்தான் அவசரப்பட்டு விட்டேனோ, இந்தப் பயணத்தை இனிமையாக்கி இருக்கலாம்... அதிர்ந்தேன்...

“நீங்க பெங்களூர் வரைக்குமா?” பேச்சைத் தொடர வேண்டும் போலத் தோன்றியது.

“இல்லை மேடம் சென்னைக்கு, அங்க ஒரு இண்டெர்வ்யூ அட்டெண்ட் பண்ணனும்”

“எங்க?”

“டிசிஎஸ் ல. என்ன ஆகுமோ பாக்கணும்”

“குட்லக், அது தரமணியில அல்ல இருக்கு?”

“ம்... அங்க எப்படிப் போகணும்? பஸ் பிடிக்கணுமா? ஆட்டோல போகலாமா?”

“நிறைய பஸ் இருக்கு. பஸ்சிலேயே போங்க. அது ரொம்ப தூரம். இங்க பஸ் ஃபேர் கம்மி. இல்லைன்னா ப்ரீ பெய்ட் ஆட்டோ கிடைக்கும்; பிரச்சினை இல்லை.”

“...ம்”

“.... ....”

“நீங்க சென்னைல செட்டில்டா?”

“இப்போதைக்கு அங்கே இருக்கோம். ஆனா செட்டில் ஆகறதுன்னு ஒண்ணும் கிடையாது. உண்மையில, மனுசன் சாகரவரைக்கும் செட்டில் ஆகமாட்டான்னு எனக்குத் தோணுது.” இப்படிச் சொன்ன பிறகு எனக்கு என்னமோ அவனை இம்ப்ரஸ் செய்யப் பேசிகிறேனோ என்று தோன்றி தலையை அசைத்தேன்.

அவன் சிரித்தான்... “உங்க பேச்சு வேடிக்கையா இருக்கு. ஆனா ஒத்துக்க வேண்டியதுதான்.”

“அதென்ன பாட்டுக் கேக்குறீங்க. எனக்கும் கேக்கற மாதிரி வைங்க.”

“ஓ, அதுக்கென்ன. நல்ல பாட்டு நீங்களும் கேளுங்க..” அவன் இயர்ஃபோனை எடுத்தான்.

"பாஸ் ஆயியே... கெ ஹம் நஹீஆயேங்கே பார் பார்..." அந்த மென்மையான மௌனத்தைக் கிழித்துக்கொண்டு இனிமையான பாட்டொன்று மிதந்தது. ஆண் குரல்.

"இது எந்தப் பாட்டு?"

"இது சனம்புரி பாட்டு. பழைய பாட்டுக்களை கொஞ்சம் புதுசாட்ரை பண்ணியிருக்கார். எனக்கு ரொம்பப் பிடிச்ச பாட்டு."

"எனக்கும் பிடிக்கும்."

அவர் நல்லாப் பாடுவார். 'லக் ஜா கலே' எனக்கு மிகவும் பிடித்த பாட்டு.

எங்கள் இருவரின் நடுவில் பாட்டு மிதக்கத் தொடங்கியது. நாயுடு சார், தமிழ் பையன் எல்லாம் தூங்கிவிட்டார்கள் போல இருந்தது. மூடிய திரை, மங்கலான ஒளி, இனிமையான பாட்டு, இதமாக அசைந்தாடும் இரயிலின் ஓட்டத்திற்கு ஏற்றபடி என் இதயமும் படபடத்தது. எதிரில் இளம் குதிரையைப்போல இளைஞன்.... இங்கே மோகச் செந்தணலை முழுங்கி உள்ளுக்குள்ளே வெதும்பிக் கொண்டிருக்கும் சுடு பெண்! கடவுளே இந்த ஆசை கனியாமல் காப்பாத்து...

நான் மெல்ல அவன் பக்கம் பார்த்தேன். அவன் தலையைப் பின்னால் சாய்த்துக்கொண்டு கண்ணை மூடியிருந்தான். அவனை அந்தத் தோரணையில் பார்க்க கவர்ச்சியாக இருந்தது.

இன்னும் இரவு பத்தரை மணி. விடிவது எப்போது. அதுவரை இப்படிக் காலைக் குறுக்கிக்கொண்டு எப்படி உட்காருவது? யோசித்துக் கொண்டிருக்கையில் சுப்பிரமணியின் ஃபோன்.

"என்ன, சீட் ஏதாவது கன்ஃபர்ம் ஆச்சா? செபாஸ்டியனுக்குப் ஃபோன் பண்ணினேன். நாட் ரீச்சபள்னு வருது. உனக்குக் கிடைச்சானா?"

"இல்லை. ஒரு பையனோட சீட்டைப் பகிர்ந்திருக்கேன். இப்போதைக்கு ஓகே. நாளைக்குப் பேசறேன். இப்ப எல்லாம் படுத்திருக்காங்க."

"சரி, சரி, காலையில ஸ்டேஷனுக்கு வர்றேன். நீ ஓய்வா உக்காந்துக்கோ. காலை நீட்டி உக்காந்துக்கோ."

சுப்பிரமணியின் அன்பை எப்படி புரிந்துகொள்வதென்றே தெரிவதில்லை. அவன் பெரிதாக எதையும் சொல்லிக் கொள்வதில்லை. அவனைப்போல பேசாமல் சும்மா இருந்தால் நான் நெஞ்சு வெடித்துச் செத்துப் போவேன். அவ்வளவு பெரிய வீட்டில் கடியாரத்து டிக்டிக் போல சலிப்பாக வாழ்க்கை நகர்ந்து கொண்டிருந்தது... அதிசயமாக எப்போதாவது ஒரு வார்த்தை பேசும் சுப்பிரமணி, நாள் முழுக்கப் பழைய பாடல்களுடன் அலைபாயும் நான்.

"எங்கள் வீட்டில் ஜீவன் நிறைப்பதே பாட்டுக்கள்தான்" மனதிலிருந்த வார்த்தை தொனி எடுத்து வெளியே வந்தது.

"எல்லாத்துக்கும் அனுபவிக்கிற மனசு இருக்கணும் மேடம். அங்க பாருங்க அந்த சர்தார்ஜி வால்யூமைக் குறைக்கச் சொல்றான்."

"அவருக்கு பெர்த் கிடைச்சிருக்கல்ல. தூங்கணும் போல. பரவாயில்லை, குறைங்க."

"சரி, செய்யறேன்" அவன் வால்யூமைக் குறைத்து என்னைப் பார்த்தான்.

"இருவருக்கு சரி என்று தோன்றும் விஷயம் மூன்றாமவனுக்குச் சரியென்று தோன்றாமல் போகலாம். அல்லது உலகம் ஒத்துக்கொண்டது போலத் தெரியும் சிந்தனைகளை எதிர்க்க யாராவது இருந்தே இருப்பார்கள் அல்லவா?" நான் கேட்டேன்.

"உண்மைதான், இங்கே சிந்தனை சரியா தப்பா என்பதைவிட யார் எப்படி எண்ணுகிறார்கள் என்பது முக்கியமாகிறதோ என்னமோ... அவர்களுக்கு தோன்றியபடி."

"அப்படி என்றால், அதையும் மீறி உண்மை என்பது ஒன்று இல்லையா?"

"அந்த உண்மையும் வியப்பானது. அது ஒரே சமயத்தில் இருவர் கண்ணுக்கு வெவ்வேறாகத் தெரியலாம்... இப்போது நாம் இங்கே உட்கார்ந்திருப்பது தற்போதைய உண்மை. அது எதிரில் உட்கார்ந்திருப்பவர்களுக்கு வெவ்வேறு வகையாகத் தெரியும் என்று தோன்றவில்லையா? அவரவர்களின் உணர்ச்சிகளுக்குத் தக்கபடி."

"அப்படி என்றால் என்ன? வேற வழி இல்லாமல் உட்கார்ந்திருக்கோம். அதைத் தவிர இங்கே பார்க்க வேறென்ன இருக்கிறது?"

"எதுவும் இல்லையா? சிலசமயம் இருக்கும் உண்மை வெளிப்படுவதே இல்லை. அதற்கு மாறாக அதைப்போலத் தெரியும் மற்றொன்று அங்கே தென்படும்."

"ஆனால், எல்லா மாயைகளைத் தாண்டி... உண்மை தன் வாய்ப்புக்காகக் காத்திருக்கும்" இப்படிச் சொல்லி மனம் கலங்கியது.

இப்போது தனக்குள் இருக்கும் உண்மை எது? அதைத் தொட்டு நேருக்கு நேர் பார்க்கும்போது எனக்கு பயமாகிறது! அது அவ்வளவுதான்! நாம் இப்படி உறுதியாக உட்கார்ந்திருப்பது உண்மை ஆனாலும்... இருக்கும் உண்மை அது அல்லவே? நான் இந்த நொடி அமர்ந்த இடத்திலேயே கரைந்து நதியாகவில்லையா? பெரும்பாலும் இருக்கலாம் என்று தோன்றியபோது என் சிந்தனையின் தோரணை எனக்கு தீங்கென்று திகிலடைந்து போனேன். இதில் உண்மை எது? அந்த நொடிக்குக் கிடைத்த உணர்வுதான் உண்மை என்பதானால் உண்மையும் காலத்திற்கு ஏற்றபடி உருமாறுமல்லவா? அப்படி மாறும் ஒன்று எப்படி உண்மையாக முடியும்? தடங்கலற்ற தொடர்ச்சியாக இருந்தால்தானே அது உண்மை என்றாகும்? பிறப்பு, இறப்பைத் தவிர மற்றொரு தடையற்ற தொடர் மூவுலகிலும் இல்லையோ என்று தோன்றி உண்மையின் இருப்பைப் பற்றிய குழப்பம் குடைந்தது.

நான் குழப்பத்தைக் கரைத்துக்கொண்டிருந்த கணத்தில் அவன் கொல் என்று சிரிப்பது கேட்டது. பார்த்தால் அவன் கண்ணை மூடிக்கொண்டு பாட்டில் மயங்கிக் கிடப்பதைப் போலக் கண்டான். அப்படி என்றால் அவன் சிரிக்கவில்லையா? சிரித்தது போலக் கேட்டதே... அவனுக்குள் என்ன உண்மை ஓடுகிறதோ... என்று எனக்குச் சிரிப்பு வந்து கொல் என்று சிரித்தேன். அவன் கண் திறந்து, இதை நான் எதிர்பார்த்தேன் என்பதைப் போல புன்னகைத்தான். அந்தப் புன்சிரிப்பு என் இரகசியத்தை அவன் அறிந்து கொண்டானோ என்ற குழப்பத்தை எனக்குள் புதிதாகக் கிளப்பி விஷயம் சத்திய சோதனையிலிருந்து வேறு பக்கம் தாவியது. இனி தாங்க முடியாது என்று தோன்றி...

"நான் கால் நீட்டி உட்காரணும்னு நினைக்கிறேன், எனி ப்ராப்ளம் ஃபர் யூ?" என்று கேட்டேன்.

"அதுக்கென்ன? உக்காருங்க. ஆனால் நீங்க சரியா வசதியா உட்காராணும்னா, அநேகமா நானும் காலை நீட்டி உட்கார வேண்டி இருக்கும்" என்றான்.

நான் அவன் முகத்தை கணிக்க முயற்சி செய்து தோற்றேன்... பெட்லைட்டின் மங்கலான ஒளியில் அது சரியான நிறத்தை வெளிக்காட்டாமல், வேறு உருவத்தைக் காட்டியது.

"அப்படி ஆழ்ந்து என்ன பாக்கறீங்க? பிளடி ஹிட்டன் ட்ரூத்? நாம் ஏன் அதைச் சீண்டவேண்டும்? அது தன்பாட்டிற்கு இருக்கிறது. இந்த உலகத்தில் அபாயமான சோதனை என்றால் சத்திய சோதனை! அதைத் தேடிப் போகிறவர்கள் தொடமுடியாத சிகரத்தைத் தொட்டு வந்தாலும் எங்கேயோ ஏதோ முழுமையடையாமல் மீதமிருக்கும். அது இன்றல்லாவிட்டாலும் நாளை வெளிப்படும் அதனால் நாம் சத்தியத்தை சோதிக்கக் கூடாது. அந்தக் கணத்தை மட்டுமே நம்பவேண்டும்."
அட! அவன் பேச்சிற்கு நான் வியப்படைந்தேன். மனதைப் படிக்கிறானா என்ன? பாழாப்போனவன். எல்லாம் விட்டு, அவன் என் இடத்திற்கோ நான் அவன் இடத்திற்கோ வந்து உட்கார வேண்டும் என்றால் இங்கே ஏதோ அதிசயமான உண்மை ஒன்று புதைந்திருக்க வேண்டும். யாரோ இவற்றை நம் அறிவுக்கு எட்டாமல் இயக்குகிறார்கள் என்ற எண்ணம் தோன்றி ஒருவிதமான பயத்தையும், பரிவற்ற தன்மையையும் ஒன்றாக எனக்குள் தந்தன. நடப்பது நடக்கட்டும், நாம் இந்த நொடியை மட்டும் நம்ப வேண்டும் என்ற உணர்வு மிகவும் இனிமையாகத் தோன்றி உள்ளே அரித்துக் கொண்டிருந்த பயம் கரைந்தது. நான் துணிவுடன் காலை நீட்டி வசதியாக சாய்ந்து உட்கார்ந்தேன். அப்படி உட்காரும்போது இறுகி இருந்த மூட்டுக்கள் தளர்ந்து மிகப் பகட்டாக உடம்பை நெளிக்க வேண்டுமென்ற சுகமான உணர்வு உள்ளிருந்து மிதந்து தேகம் லேசானது. அவனும் காலை நீட்டி உட்கார்ந்தான். அவனுக்கும் அப்படித் தோன்றி இருக்கும். அவன் கையை உயர்த்தி லேசாக நெளிந்து கொடுத்தான். எதிர் பெர்த்தின் மீது நாயுடு சார், அந்த சர்தார்ஜி கூட்டம் படுத்திருக்கலாமோ. சந்தேகம் வாட்டியது. தூங்கி இருக்க வேண்டும். இல்லை என்றால் இந்நேரம் பாட்டை

நிறுத்து என்று தகராறு செய்யாமல் இருந்திருக்க மாட்டார்கள் என்று மேலும் நிம்மதியானது. அவர்கள் யாரும் நாங்கள் இப்படி உட்கார்ந்திருப்பதைப் பார்க்கவில்லை. ஆனால் கண்டிப்பாக ஊகித்திருப்பார்கள் என்று தோன்றியபோது மகிழ்ச்சியானது. அவ்வளவு யோசிக்காமல் இருப்பார்களா என்ன? அப்படிப் பார்க்கப் போனால், இருக்கும் ஒரே வழி இதுதான், காலை நீட்டி உட்கார்ந்தால் என்ன? அதில் என்ன நடந்து விடப்போகிறது? ஆனால் உண்மையாக எதுவும் நடக்கவில்லையா? அவன் தொடையை என் கால் அடைந்திருக்கிறது. பெட்ஷீட்டால் காலைப் போர்த்தி இருந்தாலும் ஏதோ ஒரு இதமான வெப்பம். உஷ்ணத்தைப் போல ஏதோ ஒன்று அவன் தொடைகளிலிருந்து பாய்ந்து, என் பெருவிரலில் இறங்கி, மெட்டி விரலைக் கடந்து, பாதம் முழுவதும் நிறைந்து, கெண்டைக்கால் மீது ஏறி, தொடர்ந்து வேறெங்கோ திரண்டு மேம்மேலும் கட்டம் கட்டமாக விடுபடுகிறது என்று தோன்றியது. சிறுவயதில் தோழியொருத்தி சொன்ன கதை நினைவிற்கு வந்து தானும் அதற்கு எந்த வகையிலும் வேறல்ல என்று அந்த ஒப்பீடு மாறுபட்டதாக இருந்து கிளர்ச்சியானது.

“மேடம், பெங்களூர் வந்திடுச்சு. நான் இறங்கி குடிக்க, சாப்பிட ஏதாவது வாங்கி வரட்டுமா?” அவன் எழுந்துகொண்டே கேட்டான். அவன் எழுந்தபோது எனக்குள் இருந்த கொதிப்பும் தணிந்தது. “காப்பி நல்லது. இல்லைன்ன இன்னும் கொஞ்ச நேரத்தில தூக்கம் வந்து கெடுத்துடும். அதுக்காகவாவது ஒரு காப்பி குடிக்கணும். கூடவே இந்தக் குளிரு வேற.” நான் இப்போது உண்மையாகவும் நடுங்கினேன். உடம்பில் பற்றிக்கொண்ட நெருப்பு தணிந்ததாலோ! அவனும் கையை உரசிக்கொண்டு அதையே சொன்னான். “ஆம் குளிருது.” குளிர்கிறதா? என்றால் அவனும் கொதித்துக் கொண்டிருந்தானா? அவன் கால்கள் என் இடுப்பைத் தொடுமளவு நெருக்கமாக இருந்தது! நான் தலையை அசைத்து, திரையை விலக்கி, அவன் போன திசையைப் பார்த்தேன். நாயுடு சார் எழுந்து உட்கார்ந்து விளக்கைப் போட்டார். “என்னம்மா, ஆர் யூ ஓகே?” அவர் பாசத்துடன் மென்மையாகக் கேட்டார். ஆனால் எனக்கு அது பாசாங்கு என்று உறுதியாகத் தோன்றியது. “எஸ், அங்கிள். பையன் நல்லவனாக இருக்கான். நாங்கள் இப்போது நண்பர்களாகி விட்டோம்” என்றேன். இதை அழுத்தமாகச் சொல்லும் அவசரத்தில் கொஞ்சம் கடுமையாகவே

சொல்லிவிட்டேனோ என்று மனம் தவித்தது. யாருக்குத் தெரியும், அங்கிள் முகத்தில் தெரிந்த அக்கரை உண்மையாகவும் இருக்கலாம் என்று சிறிது மென்மையாக, "இருக்கறதில, நட்பாக இருந்துவிடுவது, பெஸ்ட் சாய்சுன்னு தோணுச்சு அங்கிள். சும்மா, இல்லாத குழப்பத்தால் தலையைக் கெடுத்துக்கிறதை விட நட்பாய் போவது நல்லதுதானே?" என்றேன். இப்படிச் சொல்லி நான் அவர் முன்னால் நியாயப்படுத்திக்கொள்ளும் முயற்சி அவரையும் சேர்த்து எனக்கும் நிம்மதியாக இருந்தது. இது அவருக்குத் தேவையோ இல்லையோ தெரியாது. உண்மையாக எனக்கும் தேவையாக இருந்ததா? இப்படிச் சொல்வதால் நான் அவருக்கு எதை நிரூபிக்கிறேன்? நீங்கள் நினைப்பது போல நான் அவன் ஸ்பரிசத்தில் கரையவில்லை, எரியவில்லை... மிகவும் இயல்பாக, எளிமையாக எந்த ஒரு கலங்கலும் இல்லாமல் உறங்கிய தண்ணீர் குளத்தைப்போல இருக்கிறேனா? என்னை இவர்கள் நம்பட்டும் என்ற பொய்யான ஆசையாவது எதற்கு? சிந்தனை ஓடிக்கொண்டே இருந்தது. "வெரி குட் லேடி", இப்போது பேசியது நாயுடு சார் அருகே இருந்த இந்தி தாத்தா. நான் சிரித்தேன். அதற்கு ஜீவன் இருந்ததா? ஆனால் இந்த நண்பன் என்ற உறவின் இழையை வெகு தூரம் நீட்டலாம் விடு, நான் ஒன்றும் பொய் சொல்லவில்லை என்று நினைத்து, எனக்குள் ஆறுதல் அடைந்து மேலும் அழகாகச் சிரிக்க முயன்றேன். மேல் பெர்த்தில் இருந்த தமிழ் பையன் கீழே குனிந்து என்னைப் பார்த்துக்கொண்டே என் கண்களைக் கவர்ந்து சிரித்தான். அதில் ஒரு ஆசையும், இயலாமையும் எனக்குத் தெரிந்தது. அது நானாகவே இருக்க வேண்டும் என்று எதுவுமில்லை. ஆனாலும் அறிமுகமில்லாத ஒருத்தியுடன் இருக்கையைப் பகிர்ந்து கொண்டு, புதிய நட்பை பெறுவது அவனுக்கும் ரொமான்டிக் என்று தோன்றி இருக்கலாம்! நான் ஒன்றும் பேரழகி அல்ல. ஆனால் இந்த இருட்டுக்கு வெளிச்சத்தில் கூட பார்க்க முடியாத சில உண்மைகளைக் காட்டிவிடும் வலுவுண்டு. இதை நாம் ஏற்றுக் கொள்ளவேண்டும்... ஆனால் இவை எல்லாம் சுப்பிரமணிக்கு எதற்காகத் தோன்றுவதில்லை? அவன் என் மீது எவ்வளவு அக்கரை காட்டுகிறான். ஆனால் அது எதற்கு மனக்கிளர்ச்சியைத் தருவதில்லை? உண்மையாக, காதல் என்பது எப்படி இருக்கும், எங்கே இருக்கும்? யாரை எப்படிக் காதலித்தால் விரும்புவார்கள்? அல்லது போகப்போக, காதல் என்ற அன்பு கூட மென்மையான உணர்வுகளை மலர விடாமல் ஒரு பழக்கமாகி விடுகிறதா?

இந்தக் காதலும் கூட உண்மையைப்போல தோண்டத்தோண்ட வெவ்வேறு பரிமாணங்களைக் கொடுத்து, பிடிக்கப் பிடிக்க நழுவும் பாசிக் கல்லைப்போலத் தோன்றியது.

"இந்தாங்க மேடம் காப்பி" அவன் அப்படிக் காப்பியை வாங்கித் தந்தபோது அக்கரையுள்ளவன் என்று தோன்றி அவன் மீது அக்கரை பொங்கியது. அந்தக் கிளர்ச்சியில் காப்பி மேலும் ருசித்தது.

"எதற்காக மைசூருக்கு வந்தது?" இடையே இருந்த மௌனத்தைக் கலைக்கவென்றே அவன் திடீர் என்று கேட்டான்.

"இங்க என் தங்கச்சி இருக்கா, புதுசா திருமணமாகியிருக்கு, அதுக்குள்ள கணவன் மனைவிக்கு நடுவே ஏதோ பிரச்சினை."

"ரெண்டுபேரும் என்ன சொல்லறாங்கா?" அவன் மறுபடியும் திரையை இழுத்து மூடி, விளக்கை அணைத்தான். என்ஜின் மாற்றும் வேலை முடிந்திருக்கும். இரயில் மெல்ல உடம்பைக் குலுக்கி வேகமாக ஓடத்தொடங்கியது.

"எங்க பொண்ணுகிட்டத்தான் பிரச்சினை. ஏதோ ஒத்துப் போகமுடியலை, விவாகரத்து செஞ்சறலாம்னு சொல்றா."

"திருமணம் முடிஞ்ச கையோடு இப்படி சொல்றான்னா அவ ஏதோ புதிய உண்மையைக் கண்டுபிடிச்சிருக்கணும்."

அப்படிச் சொல்லி அவன் குறும்பாகச் சிரிப்பது போலத் தோன்றியது.

"வேடிக்கை செய்யற நேரமா இது?"

'அப்படி இல்லீங்க. தோன்றுவதெல்லாம் உண்மையா இருக்க வேண்டியதில்லை. எல்லாம் காலப்போக்கில மாறிடும். எதுக்கும் கொஞ்ச கால அவகாசம் எடுத்துக்கச் சொல்லுங்க."

"அப்படிச் சொன்னா எங்க கேக்கறா! எவ்வளவு செலவு செஞ்சு, ஊரை எல்லாம் கூட்டி நடத்திய கலியாணம் தெரியுமா? இதை இப்ப வேணாம்னு சொன்னா."

"அவ விவாகரத்து செய்யாமையும், அங்க மகிழ்ச்சியா இருக்க முடியாமையும் இருந்தா செஞ்ச செலவெல்லாம் என்ன திரும்பி

வந்துருமா? செலவானது முடிஞ்சுபோன விஷயம். அது இப்ப அவங்க ஒண்ணா வாழ்ந்தாலும், விட்டாலும் எந்த மாற்றமும் ஏற்படாது. அதை எதுக்கு யோசிக்கிறீங்க? இப்ப முக்கியம் அவங்க சந்தோஷம்... அதை மட்டும் யோசிக்கணும்."

அவன் பேச்சு எனக்குப் பிடித்தது.

ஆனால் இதை நடைமுறைக்கு கொண்டுவரும்போது அப்படி மகிழ்ச்சியாக இருக்கும் என்று தோன்றவில்லை. திருமணத்தை குடும்ப மரியாதையுடன் இணைத்து நாம் எல்லாம் அதில் சிக்கித் தவிக்கிறோம் என்று நினைத்தேன்.

"உங்களுக்குத் திருமணம் ஆயிடுச்சா?"

"இன்னும் இல்லை. இப்பத்தான் ஒரு பிரேக்கப் ஆகி இருக்கு... முதல்ல அதிலிருந்து வெளிய வரணும். பிறகு திருமணம்."

"ம்? ஸோ ஸேட்..."

"ஸேட் ஒண்ணுமில்லை விடுங்க. நல்லதுதான் ஆச்சு. மூணு வருஷம் லிவ் இன் ரிலேஷன்ஷிப்பில் இருந்தோம். பெங்களூரில் ஒண்ணா வேலை செஞ்சோம். ஆரம்பத்தில நல்லாத்தான் இருந்தது. அது என்னமோ போகப்போக சரிப்பட்டு வரலை."

"அப்படி சரி செய்ய முடியாத பிரச்சினையா?" என் ஆர்வம் அனாவசியமானதோ, தாங்க முடியாமல் கேட்டுவிட்டேன்.

"ஒரு வகையில அது மாதிரித்தான். முதல் ஒரு வருஷம் ஒண்ணும் இருக்கலை. பிறகு அதிக நெருக்கமானோம். ஆனா இப்ப அவ சொல்றா, ஷி காண்ட் என்ஜாய் செக்ஸ் வித் மீ ன்னு. சாரி இஃப் ஐ ஆம் டூ டிரெக்ட்."

"நீங்க ரெண்டு பேரும் உக்காந்து பேசி இருக்கலாமே. அப்படித் தீர்க்க முடியாத பிரச்சினை ஒண்ணுமில்லை இது. யு குட் ஹேவ் கான் ஃபார் கௌன்சலிங், மெடிக்கல் ஃபீல்ட் ரொம்பவே அட்வான்ஸ் ஆகி இருக்கு..." என் மனம் பேச்சுக்களைக் கடைந்து ஒன்றையும் வெளிவிடாமல் காத்தது. இருவருக்கும் தேவை என்று தோன்றாதது என்ன காமம்? கூடல் என்பது ஒரு கொண்டாட்டமாக இருக்கவேண்டும்... மனங்கள் இணையாமல் கொண்டாட முடியாது.

"ஓ...ஈஸ் தட்?" நான் என் குரலை முடிந்த அளவுக்கு உணர்ச்சி வசப்படவிடாமல் கவனமாகப் பேசினேன்.

"ஆமா, வாழ்க்கையில முடிவாத் தேவைப்படுவது மகிழ்ச்சி. என்ன இருந்தாலும் இல்லாவிட்டாலும் மகிழ்ச்சியா இருக்கணும். அதுபோதும்... ஒருவேளை மகிழ்ச்சியா இல்லைன்ன அங்க இருந்து வெளியேறிடணும்."

"ஐ டூ பிலீவ் இன் திஸ் கான்செப்ட்" நான் சிரித்தேன்.

நான் இப்போது கால்களைக் குறுக்கி உட்கார்ந்து கொண்டேன். அப்படி ஒருவேளை காலை நீட்டி இருந்தாலும் புல்லரிக்காத ஒரு குளிர்ச்சியான ஒரு நட்பு அங்கே ஏற்பட்டது என்று தோன்றி, அவ்வளவு நேரம் வெம்பியது பொய்யாகத் தோன்றியது.

"பிறகு?" நான் மௌனத்தைக் கலைத்தேன். தீப்பொறிகளுக்காக காத்திருந்தவன் போல அவன் மத்தாப்பைக் கொளுத்தினான். பேச்சு அலையில் இன்னதென்று இல்லாமல் எல்லா விஷயங்களும் வந்து போயின. தூக்கம் எங்கோ ஓடிவிட்டது... இது வாழ்க்கை முழுவதும் நினைவில் தங்கிவிடக்கூடிய நாள் என்று தோன்றி இதமாக இருந்தது. ஆனாலும் அறிமுகமில்லாத ஒருவனிடம் எளிதாக மனது திறந்துகொள்வது எதற்காக? யாரோ ஒருவர் நமக்கு எதற்காக விருப்பமாகிறார்கள்? காரணமே இல்லாமல்?

பாதை கடந்ததே தெரியவில்லை. காலை ஐந்து மணி ஆனாலும் தூக்கம் நெருங்கவில்லை.

"இனி என்ன ஒரு மணி நேரத்தில் நான் இறங்கும் ஸ்டேஷன் வந்து விடும், ஆனாலும் இந்த இரவு தூக்கமில்லாமல் கழித்தேன்."

"ஓ, பெரம்பூர்! எங்க அத்தை ஒருத்தங்க அங்கே இருந்தாங்க. அப்ப இங்கே வந்திருந்தேன். பிறகு இப்பத்தான் வர்றேன். சரி, நான் கொஞ்ச நேரம் கண்ணை மூடிக்கிறேன். இல்லையின்ன இண்டெர்வ்யூல என் தூங்கு மூஞ்சிக்கு வேலை கிடைக்காமப் போகலாம்" அவன் சிரித்தான். கவர்ச்சியாகத் தெரிகிறான். சொல்லமுடியாத அன்பு பொங்கியது.

"சரி, வசதியா காலை நீட்டிப் படுங்க. நான் கொஞ்சம் தள்ளி உக்காந்துக்கிறேன்" நான் சரிந்தேன். அவன் பரந்த மார்பு. அதன் மீது ரோமம் நிறைந்த முரட்டுக் கைகள். அனிச்சையாகப்

பரவியிருக்கும் தலைமுடி. அதே அனிச்சையுடன் படர்ந்த தாடி, இறுகிய உதடு, கொஞ்சம் சுருங்கிய புருவம், முகத்தில் மிதக்கும் அமைதி... அல்லது உதாசீனமாகவும் இருக்கலாம். மொத்தத்தில் எனக்கு விருப்பமானான். மற்றொரு முறை சிறிய ஆசையைத் தூண்டுமளவு விருப்பமானன். இடுப்புக்குக் கீழே பட்ட அவன் கால்கள் அணைந்துபோன கங்குகளுக்கு தீ மூட்டியது. அப்படியே குனிந்து அவன் உதட்டைக் கொஞ்சினால் என்ன என்ற வாஞ்சையொன்று... வலுவாக திரையை பிடித்து இழுத்து... உள்ளே தீவிரமாக வதைக்கும் மோக மது சூடேறியது... போதை ஏறியது. இரண்டு ஸ்டேஷன் தாண்டினால் பெரம்பூர்... இவன் மறுபடியும் கிடைப்பானோ இல்லையோ...! கிடைக்கவேண்டும் என்று எதுவுமில்லை. தற்போது வேண்டும் என்று தோன்றும் இவனும் என் ஆர்வமும் ஒரு நாள் தீர்ந்து... குளிர்ந்த ஸோ கால்ட் அண்டர்ஸ்டாண்டிங் ஃபேசொன்று வந்தாலும் வரலாம்... அதெல்லாம் இருக்கட்டும்... இந்தக் கணம் தேவை என்ற அவன் உதடுகளை முத்தமிடாமல் விடுதலை இல்லை என்ற அழுத்தம் அதிகமானது. இதற்கு அவன் எதிர்வினை என்னவாக இருக்கும்... இப்படியொரு தவிப்பு இதுவரை வந்ததில்லை!

இருந்த ஒரு பையை இழுத்து வெளியே வைத்தேன். திரையை விலக்கிப் பார்த்தால் பக்கத்து பெர்த்துகளில் எல்லோரும் தூங்கிக் கொண்டிருந்தார்கள். அவர்கள் நேராக சென்னை சென்ட்ரல் போவார்கள் போல. நிம்மதியாக உறங்கிக் கொண்டிருந்தார்கள். இனி பத்து நிமிடமும் இல்லை... நான் அவன் மேல் சாய்ந்தேன்... அவன் உதடுகள் சூடாக இருந்தன. என் உதட்டுக்குள் நிறையுமளவு நிரப்பிக்கொண்டேன்... அவன் மார்பின் மீது சாய்ந்தவளுக்கு அந்த நொடி பூமி நின்றுவிட்டது போலத் தோன்றியது...

அவன் தடுக்கவில்லை. அதிர்ச்சி அடையவுமில்லை. தோள்களால் தழுவி என்னைத் தோற்கடிக்கத் தீவிரமானான்.

இது தேவையா இல்லையா மனம் சந்தேகத்தைத் தாண்டி நின்று ஒத்துழைத்தது. தேகம் லேசாகி கால்கள் பறந்தன. அவன் எண்ணை வாங்கி இருக்கலாம். ஆனால் வாங்கவில்லை. மறுபடி சந்திக்கலாம் என்று சொல்லி இருக்கலாம், அதையும் சொல்லவில்லை. அவன் என் பையைச் சுமந்துகொண்டு பின்னால் வந்தான். கையில் பையைக் கொடுத்து மெல்லக் கையை அழுத்தினான். அதில் என்னவெல்லாம் இருந்தன... அவை

எல்லாம் சம்மதம் என்பது போல என் கண்கள் மென்மையானது. நடைமேடையில் சுப்பிரமணி நின்றிருந்தான். அதே பழைய கறுப்பு ஷார்ட்ஸ். வெளிர்மஞ்சள் டீ ஷார்ட். உணர்ச்சியற்ற முகத்துடன் அமைதியாக நின்றிருந்தான். நான் திரும்பிப் பார்த்து பாகேஷுனுக்குக் கையசைத்தேன். என் கண்களின் ஒளி, சிவந்த உதடு சுப்பிரமணியின் கண்களில் விழவே இல்லையா? போகட்டும் கையசைத்த அழகான பையனும் கூடவா?

“தூங்க முடிஞ்சதா?” அவன் பையை வாங்கிக்கொண்டே கேட்டான்.

“இனி, வீட்டுக்குப் போய்த்தான் படுக்கணும்... வெந்நீர் வைச்சிருக்கியா?”

“எல்லாம் தயாரா இருக்கு. நீ டிஃபன் சாப்பிட்டுட்டுப் படு.”

படி இறங்கி அவனுடன் பைக்கில் உட்காரும்போது தங்கச்சி ஃபோன் செய்தாள்.

“அக்கா போய்ச் சேந்தயா? எனக்கு இங்க மண்டை வெடிச்சிடும் போல இருக்கு.”

“பாரு, தலையைக் கெடுத்துக்க வேண்டாம். வாழ்க்கையை வந்தபடி வாழ்ந்துக்கிட்டே போகணும். கண்ணுக்குத் தெரிவது... தோன்றுவது எல்லாம் முடிவான உண்மைகள் அல்ல. உண்மையும் கூட அப்பப்ப மாறுபட்ட நிறங்களில பாக்கக் கிடைக்கும். அதனால இப்பத் தெரியற உண்மையை மட்டும் நம்பிடாதே. நாளைக்கு புது உண்மை ஒண்ணு தெரியலாம். காலத்துடன் ஒத்துப்போ... இன்னைக்குத் தெரியற உண்மை நாளைக்கு பொய்யாகத் தோணலாம்... அவசரப்படாதே... வாழ்க்கை புதுப் புது உண்மைகளை அப்பப்பக் காட்டும்...” நான் என்ன பேசுகிறேனோ... அவளுக்கு என்ன புரிந்ததோ...

“த்தூ... நீ ஃபோனை வைடி அம்மா...” அவள் வேகமாகத் துண்டித்தாள்.

கொல் என்று ஒரு சிரிப்புக் கேட்டதுபோல இருந்தது. சுப்பிரமணி சிரித்தானா?

◆◆◆

தாமரை இதழ், செப்டம்பர் – அக்டோபர் 2021

தோள்கள்

காலை எழும்போதே எனக்கு அது தெரிந்தது. அது என் கட்டிலுக்கு எதிரே மேசை மீது அமர்ந்து என்னையே பார்த்துக்கொண்டிருந்தது. அதன் நிறம் என்னவென்று உறுதியாகச் சொல்ல முடியவில்லை. கறுப்பு, பழுப்பு, சாம்பல், வெள்ளை, மஞ்சள், சிகப்பு, ஊதா? இப்படி பல வண்ணங்களின் புள்ளிகளுடன் இருக்கலாம். அல்லது அதன் சருமம் அவ்வப்போது வண்ண வண்ண புள்ளிகளை தோன்றவைத்து, அறிவுக்கு எட்டும் முன்பே கரைத்துவிடுகிறது! அதன் கண்கள் வெளிர் பச்சையாக மின்னிக்கொண்டு மிக மென்மையாகவும் அழகாகவும் இருப்பதுபோலத் தெரிந்தன. அதன் ரோமம் நீளமாக, நயமாக யாரோ அதை தினமும் வாரிச் சீவி மிளிர வைப்பார்கள் போல. அதற்காகவே சிறப்பான அக்கரை எடுத்து பராமரிபார்களோ என்ற ஐயத்தை ஏற்படுத்தியது. அதன் உடலும் அப்படித்தான்! அது கொழுக்கு மொழுக்கு என்று நிரம்பி அதே நேரம் நாசுக்காகவும் வலுவாகவும் தெரிந்தது. ஒரே சமயத்தில் பெண்ணைப் போல 'ஸ்லீக் அண்ட் டெண்டர்...' ஆணைப்போல 'டஃப் அண்ட் டோன்ட்' என்று, அது ஆணா பெண்ணா என்று கண்டுபிடிப்பது சிரமமாக இருந்தது. அதன் வால் அமைதியாக ஒருபக்கம் சுருண்டிருப்பதைப்போல தெரிந்தாலும் அது மெல்ல மேலும் கீழும் அசைய நான் பார்ப்பதுபோல மென்மையானவன் அல்ல. அல்லது நான் அமைதியாக உட்கார்ந்திருப்பதைப் போலத் தெரிந்தாலும் எனக்குள் நான் விழித்துக்கொண்டே இருப்பேன் என்ற

செய்தியை சூட்சுமமாக அனுப்புகிறது என்று தோன்றியது. மற்றும் நேரம் வரும்போது அதே வால் ஆஞ்சநேயரின் வால் போல நீண்டு வளர்ந்து, உறுதியாகி முடிவில் சுருக்குக் கயிராகி, அல்லது ஆயிரம் சுருக்குக் கயிர்களாகி என்னைக் கொல்லவும் செய்யலாம் என்று தோன்றி அடி முதுகுத் தண்டில் மெல்ல நடுக்கம் தொடங்கி கால் விரல்களின் நுனிவரை சில்லென்று வியர்த்தது. எனக்குள் பாய்ந்த அச்சத்தின் வாசம் தனக்குக் கிடைத்து விட்டது என்பதுபோல அது மூக்கைத் திறந்து சுற்றியும் பார்த்து மெல்லச் சிரித்தது. அதன் மீசைகளை பின்னால் மடித்துக்கொண்டு ரோசா உதடுகள் மகிழ்வதை நான் கண்ணால் காணும்போது எனக்கு இப்படியும் இருக்குமா... என்று பல கேள்விகள் திடீர் என்று தலை தூக்கின. என்ன இது? இத்தனை நாள் அது இங்கேயா இருந்தது? அல்லது நான்தான் சரியாக கவனிக்காமல் விட்டுவிட்டேனா? அது என்னவாகவே இருக்கட்டும், அதை மேலும் இங்கே இருக்க விடக்கூடாது. அதன் நேர்த்தி, குளிர்சியான அழகு, புரியாத செல்லக் கண்கள், உட்கார்ந்திருக்கும் தோரணையில் தன்னம்பிக்கை, இதை எல்லாம் பார்த்தால் அதன் மீது அன்பு உண்டாகவில்லை. ஏதோ அந்நிய கிரகத்து விலங்கோ என்று தோன்றியது.

"உஷ்..." நான் அதை விரட்ட மேலே எழ முயன்றேன். ஆனால் அது சிறிதும் அசையாமல் மீள முதல் போலவே மென்மையாக சிரித்துக்கொண்டே, "ஹலோ மிஸ்டர், எதற்கு இந்தப் பொறுமையின்மை உங்களுக்கு? பி கூல்!" என்று ஷேக் ஹேன்ட் செய்வதுபோல என் பக்கம் கை நீட்டியது. "இது பேசுகிறதா?" அதிர்ச்சியால் எனக்கு தொண்டை காய்ந்து, பயத்தின் அதிர்வொன்று சலசல என்று நாடி நரம்புகளில் பாய்ந்து என்னை கீழே தள்ளி வீழ்த்தியதுபோல தோன்றி, நான் அதை துரத்தத் தூக்கிய கையை சரக் என்று பின்னால் இழுத்துக்கொண்டேன். கூடவே நேற்றுமுன்தான் கேட்டிருந்த நிகழ்வொன்று நினைவிற்கு வந்து ரோமம் நிமிர்ந்து நின்றது. அது ஒரு ஜோடி இறுக்கும் தோள்களின் கதை. அவை எங்களில் ஒருவனைக் கொன்றிருந்தன. அதன் உருவத்தைப் பார்த்தவர்கள் சொல்லி இருந்தார்கள், அது இதுபோல தினமும் பலரைக் கொன்றுகொண்டே இருக்குமாம். சிலரை தரையில் தூக்கி அடித்து செயலறச் செய்யுமாம். மேலும் சிறப்பு என்னவென்றால், அது நமக்கு நடுவிலேயே கண்ணுக்குத் தெரியாமல் நடமாடிக்கொண்டு, நேரம் வரும்போது உருவமெடுக்குமாம்!

இன்னும் சிலர் சொன்னார்கள், அந்தத் தோள்களுக்கு ஒட்டிக்கொண்டே ஆயிரம் கிளைகள் இருக்கின்றனவாம், அவை எப்போது வேண்டுமென்றாலும் தோள்களாக மாறி விடுமாம், யார் எப்படித் தப்பித்துக்கொண்டாலும் அவரைப் பிடித்துவிடும் அளவுதிறமை அவற்றுக்கு இருக்கின்றதாம். அது மட்டுமல்ல.... இவை எல்லாம் நம் கண் முன்னாலேயே நடந்தாலும் நாம் சும்மா இருக்கவேண்டுமாம். இல்லாவிட்டால் அது நம்மைக் கொன்றுவிடுமாம்... மாம்.. மாம்.. மாம்..! இவற்றை எல்லாம் கேட்ட போது எனக்கு அவ்வளவு பயமாக இருக்கவில்லை. "எல்லோரும் கத்தி பிடித்து அந்தத் தோள்களை வெட்டிபோடலாமேப்பா! அதைவிட்டு இப்படி சும்மா பயப்பட வேண்டுமா" என்று தோன்றியது. ஆனால் இன்று விடியற்காலையிலேயே உன் முன் வந்து உட்காரந்திருக்கும் இந்த அதிசய ஜீவனைப் பார்க்கும் பயம் கிளையோடுகிறது. இது அப்படி ஒரு அதிசயமாக இருக்குமோ... அல்லது...

எனக்குள் குழப்பத்தின் சிறிய பொறி தட்டி நெருப்பு துளிர்விட்டு பெரிதாக சுட்டுக்கொண்டே வளர்ந்து கோபமாக எரியத் தொடங்கியது. முதலில் இதை இங்கே இருந்து துரத்த வேண்டும் என்று நான் படுத்த இடத்திலிருந்தே கழுத்தை அங்கேயும் இங்கேயும் திருப்பி கைக்கு ஏதாவது கிடைக்குமா என்று பார்த்தேன். அது நான் தேடுவதை சிறிது அலட்சியமாக கவனிக்கிறது என்பது என் கவனத்திற்கும் வந்தது. அதற்கு நான் ஏதாவது சேதம் ஏற்படுத்தலாம் என்று தோராயமாகத் தெரிந்திருந்தாலும் கூட அது இவ்வளவு அலட்சியமாக அமர்ந்திருப்பதைப் பார்க்க எனக்கு மேலும் கோபம் வந்தது. சினத்தால் நான் என் தலையணையைத் தூக்கி நேராக அதன் முகத்தில் படும்படி வீசினேன். அடி வாங்கிய அது டங் என்று தாவி மேசைக்குக் கீழே நகர்ந்தது. எனக்கு சிரிப்பு வந்தது. "ஹ, என்ன வேடிக்கை! கேவலம் ஒரு துச்சப் பிராணி, அதைப் பற்றி ஒரு நிமிடம் எவ்வளவு யோசித்து விட்டேன்!" ஒரு சின்ன அடிக்கு பயந்து ஓடிவிட்டது, இதற்குப் போய் பயந்து போனேனே!" நான் படுத்த இடத்திலிருந்து எழுந்து உடம்பை நெளித்து, இனி என்ன எழுந்து போகவேண்டும் என்னும்போது அது கட்டிலுக்கு அடியிலிருந்து தாவி மேலே ஏறி என் பக்கத்தில் அமர்ந்தது. "பாழாய்ப்போனது, போகவில்லையா இது?" எனக்கு எரிச்சலும் கோபமும் ஒன்றாக பொங்கி வந்தது.

"அடிப்பது என்ற பிறகு அந்தப் பஞ்சு தலையணையாலா அடிப்பார்கள்? அந்த பீங்கான் வேஸ்-ஆல் அடித்திருந்தாலும் ஆகும். ஆனால் உனக்கு பயம்! அதன் விலை அதிகம். கீழே விழுந்து உடைந்து லாஸ் ஆகலாம் என்ற பயம்! அடிக்கவும் வேண்டும், அதே சமயம் உன் ஆயுதமும் பாழாகக்கூடாது. ஹ?" அது கேலி செய்வதுபோல சிரித்தது. அதை அலட்சியப் படுத்துவதில் அர்த்தமில்லை என்று நான் சரக் என்று திரும்பி பூக்குண்டாவை எடுத்து அதன் தலை மீது அடித்தேன். ப்பூ.. அது மூன்று துண்டானது. ஒரு வாரத்திற்கு முன் வாங்கிய பூக்குண்டா அது. பரிமளா விரும்பி வாங்கி இருந்தாள். அதில் சின்னச் சின்ன செவ்வந்திப் பூக்களை வைத்து அருகம்புல்லை சொருகி அழகுபடுத்தியிருந்தாள். அது அப்படி உடைந்து துண்டாவதைப் பார்த்து என் இதயம் உடைந்ததுபோல வலித்தது. ஆனால் உறுதியாக அதன் தலைக்கு எந்த அடியும் படவில்லை. அது மீள மேசை மீது ஏறி தவிப்புடன் உட்கார்ந்து என் பக்கம் கம்பீரமாகப் பார்த்தது. அது அப்படி வினோதமாக என்னைப் பார்ப்பதை காணும்போது எனக்கு முன் ஒருமுறை குரங்கொன்று பாட்டியின் மூக்கின் மீது உட்கார்ந்த ஈயை ஓட்டப் போய் பாட்டியையே கொன்ற கதை நினைவுக்கு வந்தது. இதை அம்மா நான் சிறியவனாக இருந்தபோது சொல்லி இருந்தாள். அது மட்டுமல்ல, ஒரு முறை சிங்கம் ஒன்று ஈயுடன் தகராறு செய்து அதை அடித்து நசுக்கிக் கொல்ல முடியாமல் தன் வளை நகத்தால் தன் முகத்தையே காயப்படுத்திக்கொண்டு தோல்வியை ஏற்றுக்கொண்ட கதை நினைவுக்கு வந்தது. அநேகமாக இது என் இரண்டாவது வகுப்புப் புத்தகத்தில் இருந்திருக்க வேண்டும்... இப்போது பல ஆண்டுகளுக்குப் பிறகு அழகான விடிகாலையில் அதிசயமான இந்த விசித்திர விருந்தாளியின் முன் இவை எல்லாம் நினைவிற்கு வருகிறது என்றால், இந்த விருந்தாளிக்கு, இல்லை இந்தச் சூழ்நிலைக்கு ஒரு அமானுஷமான சக்தி இருக்கின்றது என்று தோன்றியது. இதற்கும் மேலாக, எந்த பயமும் செருக்கும் காட்டாமல், பிடிவாதமாக உட்கார்ந்து பேசும் ஜீவன் எல்லோரையும் விட்டு என்னிடம் வந்திருக்கிறது என்றால், அநேகமாக ஏதோ பெரிய நோக்கததுடன் என்னை சந்திக்க வேண்டுமென்றும், இதை இத்துடன் முடித்துக்கொள்ள வேண்டுமென்றும் நான் நேரடியாக கடைசிக் கட்டத்திற்கு இறங்கினேன். "உனக்கு என்ன வேணும்?" என் குரல் தழுதழுத்தது கவனத்திற்கு வந்தது. நான்

செருமி தொண்டையை சரி செய்துகொண்டு உட்கார்ந்தேன். இதை நான் எதிர்பார்த்தேன் என்பதைப்போல அதன் கண்கள் மென்மையானது. ரோசா உதடுகள் மீள சிறிதாக விரிந்து புன்னகை சிந்தியது. ஆனால் அது என் கேள்விக்கு சட் என்று பதில் சொல்லாமல், கையைத் தூக்கி மீசையைத் நீவிக்கொண்டு... தன் பாதங்களைத் தூக்கி மெல்ல பூப்போல மலரவிட்டு தன் கூர்மையான நகங்களை எனக்கு அறிமுகப்படுத்தியது. இப்படி செய்துகொண்டே அது தன் பலத்தின் சுருக்கமான சொரூபத்தை தரிசனம் செய்து வைக்கிறதென்று எதிரியைப்போல தெரிந்த அதன் செயல் தோரணை மீது சிறிய பொறாமையோ பாராட்டோ ஏதோ ஒன்று மூண்டது.

“உன் முட்டாள்தனத்தலிருந்து மீண்டு உன்னை மேம்படுத்திக் கொள்ளவேண்டிய காலம் வந்ததென்று சொல்லிப்போகலாம் என்று வந்திருக்கிறேன்” அது நிர்விகாரமாக இதைச் சொல்லி கம்பீரமாக உட்கார்ந்தது. அது உட்கார்ந்திருந்த தோரணை மேலும் அது பேசிய பேச்சு அப்படியே என் பாஸ்-சை நினைவுப்படுத்தி, ஒரு நொடி அதே இதுவா இல்லை இதுதான் அதுவா என்று, தலை குழப்பத்தால் கிர்ரென்று சுத்தத் தொடங்கியது. “முட்டாள்! என்ன பேச்சு!?” நேற்று அலுவலகத்தில் பாஸ்-சையும் சேர்த்து சில நண்பர்கள் இப்படிச் சொல்லி இருந்தார்கள். நடந்தது இவ்வளவுதான்! சமீபத்தில் ஒரு பையன் புதிதாக வேலைக்குச் சேர்ந்திருந்தான். அக்கவுண்ட்ஸ் டிபார்ட்மெண்டுக்கு. அன்று அவன் ஃபைல் ப்ரெசெண்ட் செய்தபோது நானும் ஒரு வேலையாக பாஸ் கேபினில் இருந்தேன். புதிதாக வந்ததால் அவசரமோ அழுத்தமோ என்னமோ அக்கவுண்ட்ஸில் சின்ன தவறாகி இருந்தது. பாஸ் ஆசாமிக்கு அதுபோதும். அவன் அந்தப் பையனுக்கு ஆங்கிலத்தில் வாய்க்கு வந்தபடி திட்டி, இடை இடையே திருத்தங்களையும் சொல்லிக்கொண்டே, அவன் மண்டையை சூடேற்றிவிட்டான். அந்தப் பையன் எல்லாவற்றையும் அசடு வழியும் மூஞ்சியுடன் நின்று கேட்டுக்கொண்டவன் போகும் முன் “கரெக்சன் என்ன சொன்னார் சார்?” என்று என்னைக் கேட்டுவிட்டான். நான் மிக எதார்த்தமாக “இரு சொல்கிறேன், கொஞ்சம் இங்கே வேலை இருக்கிறது, முடித்து வருகிறேன்” என்றேன். பையன் சிரித்து தலையசைத்து புறப்பட இருந்தான், அவ்வளவுதான்! பாஸ் அனலும் கனலுமானார். “ஹவ் டேர்... யூ டு ஸ்பீக் அ லாங்யுவேஜ் விச் ஈஸ் நாட் நோன் டு மி! டோன்ட் யூ ஹேவ்

பப்ளிக் டீசன்சீ? ஐ வில் ஃபைர் யூ அவுட் ஆஃப் மை ஆஃபீஸ்" என்று ஆரம்பித்துவிட்டார். பையன் அதிர்ச்சியடைந்து பாஸ் முகத்தைப் பார்த்துக்கொண்டே... "சாரி சார், சார்ரி சார், வில் நாட் ரிபீட்" என்றதைப் பார்த்து எனக்கு நெற்றியில் அழுத்தம் ஏற்பட்டது. "டேய் தம்பி, நீ எதுக்கு இதுக்கு சாரி கேக்கறே? இப்ப என்ன தப்பு நடந்துபோச்சு?" என்றவன் உடனே பாஸ் பக்கம் திரும்பி, "நீங்க யாரு இதைக் கேக்க? இது எங்க மாநிலம், உங்களுக்கு கன்னடம் தெரியாதுன்னா நீங்க கத்துக்கங்க, இது செக்யூலர் கன்ட்ரி, எங்களுக்கும் ஃபரீடம் ஆஃப் எக்ஸ்பிரஷன் இருக்கு. மொழி என்பது இதயத்துக்கு பக்கத்தில இருப்பது. இதை தப்புன்னா எப்படி? அதுமட்டுமல்லாமல் அந்த சின்ன தப்புக்கு அவனை அப்படி திட்டறீங்க! நாங்க என்ன உங்க சர்வன்டா?" என் முகம் சிவந்து உதடுகள் அதிர்ந்தன. என் உரத்த குரலைக் கேட்டு மற்ற ஸ்டாஃப்கள் கேபின் பக்கம் வந்திருந்தார்கள். அருகே அந்தப் பையன், "சார் விடுங்க, சார் விட்டுடுங்க, சார் வேண்டாம்" என்று கெஞ்சினான். நான் கண்மண் தெரியாமல் குதித்தேன். "யூ வில் பி ஃபையர்ட், யூ ஸ்டுபிட்" என்று பாஸ் அடக்கமுடியாமல் கத்தினார். "மை ஃபுட்" என்று வெளியே வந்தவனை நண்பர்கள் தடுத்தார்கள். "முட்டாள் போல ஆடதடா... எதுக்கு எல்லாத்துக்கும் குதிக்கற, ஏதோ அவன் ஒரு பேச்சு அதிகமாகவே பேசிட்டான். விட்டுத் தொலைய வேண்டியது தானே? ஒரு வருஷத்தில மூணு பக்கம் வேலையை விட்டுருக்க... இப்படி ஆனா எப்படிடா? குடும்பத்த பாக்க வேண்டாமா நாம? சமாதானமா இரு" என்றார்கள். அவர்கள் பக்கம் ஒரு உதாசீன சிரிப்பை விட்டெறிந்து வந்தவன் நேராக வீட்டுப் பக்கம் புறப்பட்டேன். அந்த கன்னட விரோதி பாஸ்-க்கு எதிராக ஏதாவது செய்யவேண்டும் மற்றும் என்ன செய்யவேண்டும் என்ற பிளான் ஒன்றை மனதில் எண்ணிக்கொண்டே வீடு வந்து சேர்ந்தபோது, பரிமளா ஷாப்பிங் போக லிஸ்ட் தயார் செய்துகொண்டிருந்தாள். அவள் "என்ன சீக்கிரம் வந்தது" என்று கேட்கவில்லை. செய்தி தெரிந்தால் அவளும் இப்படி முட்டாள் என்று சொல்லி இருப்பளோ என்னமோ! அநேகமாக இருக்காது. ஏனென்றால் அவள் என்னை காதலித்து திருமணம் செய்துகொண்டவள். அப்படிப் பார்த்தால் என் இந்த போராட்ட குணத்தைத்தான் அவள் வெகுவாக பாராட்டியவள். அப்படி இருக்க, இது, இந்த துச்சப் பிராணி, என் வீட்டுக்குள்ளேயே, என் முன்னால் உட்கார்ந்துகொண்டு

என்னையே முட்டாள் என்கிறதென்றால்! மை காட்! இதை இவ்வளவு முன்னேற விட்டது முட்டாள்தனமல்லாமல் வேறென்ன? நான் உடைந்து கிடந்த வேஸ் துண்டுகளை எடுத்து அதன் மீது வேகமாக எறிந்தேன். அது சுவர் மீது பட்டு சுவர் கண்ணிலிருந்து இரத்தம் கசிந்தது. தன் மீது படவேண்டிய வேஸின் அடியை சரக் என்று தலையைத் திருப்பிக்கொண்டு தப்பித்துக் கொண்ட அது இப்போது எகத்தாளமாகச் சிரித்தது. "இதற்குத்தான் நான் உன்னை முட்டாள் என்றது. இப்படி சின்னச் சின்னதுக்கும் ஓவர் ரியாக்ட் ஆவதை மொதல்ல நிறுத்து" என்று அது சுவரிலிருந்து வழிந்த இரத்தத்தை அமைதியாக நக்கி சப்புக்கொட்டி கண் சிமிட்டியது. எனக்கு வயிறு கலக்கி, தலை திம் என்றது. அதன் பேச்சை கேட்பதைத் தவிர வேறு வழியில்லை என்று தோன்றி, இயலாமையால் சுவர் மீது சாய்ந்து உட்கார்ந்து அதன் பக்கம் பார்த்தேன். அது புத்திசாலிப் பிராணி... என் பார்வை, தோரணை, பாடி லாங்க்வேஜ் எல்லாவற்றையும் கண்ணாலேயே அளந்து பார்க்கிறதென்று எனக்குத் தோன்றியது.

இதை நீ எப்போதோ செய்திருக்கலாம் என்ற பொருள் பொதிந்த பார்வையில் என் பக்கம் சாய்ந்து அது தொடங்கியது. "இங்க பார், சுகமாக இருக்க நீ செய்ய வேண்டியது ஐந்தே ஐந்து சின்ன வேலைகள், அவ்வளவுதான்..." என்று அரை நொடி நிறுத்தி பேச்சைத் தொடர்ந்தது.

நம்பர் 1: உன் கண்களை உன் சொந்த வேலைக்குத் தவிர வேறு எதற்கும் பயன்படுத்தக் கூடாது. எதையாவது பார்த்து உனக்கு வெறுப்பாக இருந்தது என்றால் அதை மீளப் பார்க்க வேண்டாம்.

நம்பர் 2: உன் காதுகளை முடிந்தால் மூடிவிடு. இல்லை இரண்டு பாகங்களாகப் பிரித்து, உனக்குக் கொடுக்கும் பரிந்துரைகளை கடைபிடிக்க மட்டுமே பயன்படுத்து. நடு இரவில் அநேகமாக ஓசைகள் அடங்கிய பிறகு காதைத் திறந்து இனிமையான இசையைக் கேள். இந்த டெக்னிக்கை நீ கூட்டத்திலும் செய்யலாம். காதுகளுக்கு இயர் ஃபோன் சிக்கவைத்துக்கொள். அப்போது உனக்கு தேவையில்லாத பேச்சுக்கள் கேட்காது. உன்னைப் போன்றவனுக்கு திடீர் என்று அரைச் செவிடாவது சிரமம். சில நாட்கள் போனால் சரியாகிவிடும்.

நம்பர் 3: உன் கைகளை உன் குளியலுக்கு, உணவருந்த, மனைவி, வீடு - குடும்பம் போன்ற வேலைகளுக்குத் தவிர, அலுவலகத்தில்

உனக்குக் கொடுக்கும் வேலையை செய்ய மட்டுமே பயன்படுத்து. மற்றவர்கள் வேலைகளுக்கு உன் கைகளை பயன்படுத்தாதே.

நம்பர் 4: உன் வாயை பத்திரப்படுத்து. அவர் இவர் பிரச்சினைகளுக்கு வாய் கொடுப்பதை நிறுத்து. உனக்குக் கேட்கும் மரியாதையான கேள்விக்கு மரியாதையாக பதில் சொல்ல மற்றும் ஆம் என்று சொல்ல மட்டும் பயன்படுத்தினால் போதுமானது. சும்மா இருக்க முடியாமல் வாய் நமச்சல் எடுத்தால் பாட்டுகளை முணங்கு, இல்லை வாயில் சூயிங்கம் போட்டுக்கொள். இதனால் வாய் துர்நாற்றம் கூட குறைந்து, நல்ல பேஷியல் எக்ஸர்சைஸ் கூட ஆகும்.

இனி இது கடைசியானது. முக்கியமானதுவும் கூட. கேள். உன் மனதை உறையவை. எங்கோ ஆழத்தில் ஈரம் இருந்தாலே போதுமானது. ஆனால் அங்கே எழும் எந்த அதிர்வும் வெளியே கேட்கக் கூடாது. உன் உணர்வுகள் எதுவாக இருந்தாலும் உனக்குள்ளேயே இருக்கவேண்டும். உன் மனத்தின் மீது மனிதர்கள், துஷ்டர்கள், நாய், கோழி எல்லாம் நடமாடும்படி இருக்க வேண்டும். வாகனங்களும் ஓடும் அளவுக்கு வலுவாகவும், குளிர்ச்சியாகவும் இருக்க வேண்டும். அங்கே தேவையில்லாத கனவுகளும், குப்பைகளும் வளரக்கூடாது... அவ்வளவுதான்!

இவ்வளவு இருந்தால் பார், நீ எங்கேயோ சென்றுவிடுவாய். எதற்கு சும்மா எல்லா விஷயத்தையும் மனதில் சேர்த்து வைத்துக் கொண்டு துடிக்கிறாய்?

இவ்வளவு பேசிய பிறகு பால் ஈஸ் இன் யுவர் கோர்ட் என்பதுபோல அது மேசை மீது இருந்த பால் டம்பளர் மூடியை எடுத்து பாலில் வாய் வைத்தது.

“ச்சீ, உன்... உன்னை.... வர்ற கோவத்துக்கு உன்னை என்ன செய்யணும்னு தெரியலை. நீதி நியாயம் இருக்கணும் எனக்கு. அவன் எந்தக் கொம்பனாவே இருக்கட்டும், அநியாயம் செஞ்சா நான் கேப்பேன்! உன் இந்த பைத்தியக்கார அட்வைஸைக் கேட்டு வாழவேண்டிய தலை எழுத்து எனக்கில்லை. இங்க இருந்து தொலைஞ்சு போ.” நான் கொஞ்சம் கத்தினேன். என் பேச்சுக்கு அது எந்த எதிர்வினையும் செய்யாமல் பாலைக் குடித்து முடித்து மெல்ல என் அருகே வந்தது. அதை காலால் எட்டி உதைக்க காலைத் தூக்கினால் அது சட்டென்று தாவி என் மார்பின் மீது

காலூன்றியது. அதன் கால்கள் லேசாக என் மீது இறங்கிய பிறகு.... அதன் கனத்தின் அறிவு எனக்கு புரிய அந்த பாரத்திற்கு கண் இருட்டியது. என் கண்களை கூர்ந்து பார்த்து, அது என்னை பின்னால் தள்ள அந்த நொடி எனக்கு எப்படி தப்பித்துக்கொள்வது என்பது தெரியாமல் கை கால்கள் மரத்துப் போயின. அது மெல்ல மெல்ல என்னை ஆக்கிரமித்துக் கொள்வது அறிவுக்கு எட்டி நான் விடுவித்துக்கொள்ள திண்டாடினேன். அது உஷ் என்று வாய் திறந்து பயமுறுத்தி என் தலையை ஒரு பக்கம் முரட்டுத்தனமாக திருப்பியது. அதற்குள் நான் முழுமையாக அதன் பிடியில் சிக்கினேன்.

அங்கே நான் பார்ப்பது என்ன!

அது ஒரு பெரிய-மிகப் பெரிய சந்தையாக இருந்தது! நொடிந்த உடலுடன்... கண்ணிலிருந்து இரத்தம் சொட்ட பல பேர் அங்கே வானத்தை பார்த்துக்கொண்டு எதையோ உளறிக்கொண்டு உட்காரந்திருந்தார்கள். சிலருடைய கை கால்கள் ஊனமாக இருந்தன. சிலர் கண்களில் ஒளி இருந்தது. ஆனால் அவர் கைகால்கள் கட்டப்பட்டிருந்தன... அவிழ்க்க முயல்பவர்களின் கண்ணை குத்த அங்கே ஈட்டியுடன் ஒரு படையே தயாராக இருந்தது. அங்கே அருகிலேயே இன்னும் பிடிபடாத போராளிகள் தொண்டை காய போராடிக் கொண்டிருந்தார்கள். சிலர் தொலைவில் நின்று கைதட்டி ஊக்கமூட்டி, களத்தில் இறங்கி சண்டை போடுபவர்களைப் பார்த்து கொண்டாடினார்கள். சிலர் வெற்றி நமக்கே என்று நம்பி கைகட்டி உட்கார்ந்திருந்தார்கள். சிலர் தங்கள் அருகே அமர்ந்திருந்தவனை நாசூக்காக போர்க் களத்திற்குள் தள்ளி அவர் படும் பாட்டை பார்த்து இது ஒரு நகைச்சுவை நாடகமோ என்பதைப்போல விழுந்து விழுந்து சிரித்து கிண்டல் செய்தார்கள். இவர்களை எல்லாம் மீறிய பெரிய கூட்டம் ஒன்று இவை எதற்கும் எதிர்வினை செய்யாமல் அமைதியாக வண்ண விளையாட்டுகளை ஆடிக்கொண்டிருந்தார்கள். யார் யாரையோ தழுவிக்கொண்டு, யாரையோ மிதித்து, யாரையோ கொஞ்சி, யாரையோ அடித்து... வண்ண விளையாட்டில் இவை எல்லாம் சின்ன சேதங்களாக ஆகி மன்னிக்கப்பட்டு விளையாட்டின் கிளர்ச்சி தொடர்ந்தது. பக்கத்தில் இன்னும் சிலர் காற்றாடியை பறக்கவிட்டு... ஒருவரை ஒருவர் விளையாட்டில் தோற்கடித்து, நையாண்டியாக சிரித்து, பொறாமைப்பட்டு, தோற்காமல் மீள மீள பறக்கவிட்டுக்

கொண்டிருந்தார்கள். அங்கே இருந்த எண்ணிக்கையற்ற இளம் கண்கள் இவற்றை அசந்து பார்த்து உள் வாங்கிக்கொண்டு நாளையை நெய்துகொண்டிருந்தார்கள். மற்றும் அங்கே சிலர் அந்த பெரிய சந்தைக்குள் வழி தவறி எங்கே போவதென்று தெரியாமல் தினறிக்கொண்டிருந்தார்கள். வீடுகளில் விழுந்து கிடந்தார்கள். சிலர் அவர்களை மிதித்து நடந்தால் மேலும் சிலர் அவர்களை காயாக்கி பகடையாடினார்கள். அங்கே ஒரு அட்டாளி இருந்தது. பார்த்தால் அதன் படிகள் மனித எலும்புக் கூடுகளால் கட்டியது. வியப்பு என்னவென்றால் அதைக் கட்டியவர்களும் மனிதர்களாகவே இருந்தார்கள். அதன் மீது ஆடம்பரமாக அமர்ந்திருந்தவர்களும் மனிதர்களே!

அது மட்டுமல்லாமல் நான் அந்த சந்தையில் மூன்று முக்கியமானவற்றை க்ளோஸ்அப்பில் பார்த்தேன். அவர்கள் எல்லாம் எனக்கு அறிமுகமானவர்களாகவே இருந்தார்கள். ஒரு பையன், அலுவல்காரன். அவன் பாஸ்-இன் கை கால்களில் விழுந்தான். மன்னிப்புக் கேட்டு, எதுவும் நடக்கவே இல்லை என்பதுபோல இயல்பாக வேலையில் தொடர்ந்தான். மற்றவள் என் மூத்த நண்பனின் மனைவி. அரசாங்க வேலையிலிருந்து அவன் இன்னும் ஒரு வாரத்தில் ஓய்வு பெற இருந்தான். தற்போது உடல்நிலை சரி இல்லாமல் மிக மோசமான நிலைமையில் மருத்துவமனையில் சேர்த்திருந்தார்கள். அவன் மனைவி கடவுளிடம் வேண்டிக்கொண்டாள். “ஆண்டவா என் கணவனை எப்படியாவது காப்பாற்றிக்கொடு. இல்லை அவர் சாவதுதான் உன் சித்தம் என்றால் இந்த வாரத்திற்குள் அவரை அழைத்துக்கொள். என் மகனுக்காவது அந்த வேலை கிடைக்கும்...”

மற்றவள் என் மனைவி பரிமளா. அவள் என் பாஸ்-சை சந்தித்து என்னை மறுபடி வேலைக்கு சேர்த்துக்கொள்ள வேண்டிக்கொண்டாள். அந்தச் செயலில், நான் எவ்வளவு வெகுளி அல்லது முட்டாள் என்றும், என்னைக் கட்டிக்கொண்டு அவள் என்ன பாடு படுகிறாள் என்றும் வர்ணித்து சொல்லிக் கொண்டிருந்தாள். பாஸ் அவள் பேச்சை கருணையுடன் கேட்டுக்கொண்டிருப்பவனைப் போல, ஓரக் கண்ணால் அவள் முலைகளைப் பார்த்துக் கொண்டிருந்தான். அது அவளுக்குத் தெரிந்திருந்தாலும் அவள் அதை முழுமையாக அலட்சியப்படுத்தி, பாவப்பட்டவள் போல உட்காரந்திருந்தாள். நான் வேலை போன

செய்தியை அவளிடம் சொல்லி இருக்கவில்லை. அவளுக்கு என் நண்பன் ரோஹித் சொல்லி இருப்பான். இல்லை என்றால் அவன் எதற்கு அவளை பைக்கில் வந்து வீடுவரை ட்ராப் செய்வான்? அவள் பைக்கிலிருந்து இறங்கி அவன் கையைக் குலுக்கினாள். அவர்கள் இருவரும் அதே நிலையில் கொஞ்சம் அதிக நேரமாகவே நின்றிருந்தார்கள். அப்போது அவர் கண்கள் ஒளிர்ந்தன.

அவற்றை எல்லாம் பார்க்கப் பார்க்க என் கண்கள் பனித்தன.... "இதெல்லாம் என்ன?" என்று நான் குமுறிக் கேட்டேன்.

"இது சிஸ்டம்" அது என் தலையைத் தடவியது.

"என்ன கேடுகெட்ட பேச்சு! இந்த அசிங்கமான அமைவை அமைப்பு என்கிறாயே! தவறு! விடு, நான் இந்த அமைப்புக்கு எதிராகப் போராட வேண்டும். அந்த ஈட்டிக்கார்களின் மார்பை வாளால் குத்த வேண்டும். தூர விலகு.... இங்கே தவறு நடக்கிறது" நான் பரிதவித்தேன். விடுவித்துக்கொள்ள துடித்தேன். அது தன் பிடியை இறுக்கி எக்காளச் சிரிப்பு சிரித்தது. "உன் பிரச்சினை இதுதான். நீ சரி மற்றும் தவறை எதிர் சொற்கள் என்று நினைத்திருக்கிறாய். ஆனால் அவை இணைப் பொருட் சொற்கள்" அதன் பேச்சைக் கேட்டு என் தலை சூடேறி காதுகளில் இரத்தம் கசிந்தது. அது சிரித்துக்கொண்டே மீசையை நிமிர்த்தி என் காதுப் பக்கம் முகத்தை வைத்தது. நான் என் வலுவை எல்லாம் கூட்டி அதை கீழே தள்ளி ஓடத் தொடங்கினேன்..... அது திடீர் என்று பூதகாரமாக வளர்ந்து துரத்தியது. அட! அதற்கு சிறகு முளைத்து பறந்தது. அதன் கண்களிலிருந்து நெருப்புத் தெறித்தது. அலகுகள் ஒளிர, அதன் சிறகு விரிந்து வான் அகலத்திற்கும் நீண்டு வளர்ந்தது.

அப்போது நினைவிற்கு வந்தது... முந்தாநாள் அந்த தோள்களின் இறுக்கத்திற்கு பலியானவர்களைப் பார்த்தவர்கள் சொன்னார்கள், வான் அகலத்திற்கும் அந்த மாயத் தோள்கள் நிழல் போல பரவி இருக்கின்றன... அதன் கீழ் நாம் வாழ்கிறோம்... அதையே நிழல் என்று நினைக்கின்றோம்!

◆◆◆

2015 – பிரஜாவாணி கன்னட தீபாவளி சிறுகதைப் போட்டி முதல் பரிசு.

புரவி இதழ், நவம்பர் – 2021

ஜெயஸ்ரீ தேஷ்பாண்டே

கடந்த 25 ஆண்டுகளாக கவிதை, கதை, கட்டுரைகளை எழுதி வருகிறார். உலகின் பல நாடுகளுக்குப் பயணம் செய்துள்ளார். பயணக் கட்டுரைகள் இவருடைய சிறப்பு. பல சிறுகதைத் தொகுப்புகள், கட்டுரைத் தொகுப்புகள், பயணக் கட்டுரைத் தொகுப்பு, கவிதைத் தொகுப்புகள் வெளியிட்டிருக்கிறார்.

மராத்தி, ஆங்கிலம் மற்றும் ஹிந்தியிலிருந்து பல குழந்தைகளுக்கான புத்தகங்களை கன்னடத்தில் மொழிபெயர்த்திருக்கிறார். பல விருதுகளையும் பெற்றிருக்கிறார். கன்னட இலக்கியத்தில் முக்கியமான ஒரு பெண் எழுத்தாளராகத் திகழ்கிறார்.

பிளாக் விடோ

அறுபது இஞ்ச் தொலைக்காட்சிப் பெட்டி. அதற்கு டால்பி டிஜிட்டல் ஸ்பீக்கர்கள். ஒலியின் அளவை உயர்த்தினால் வெளிச்சத்தமோ, வெளி உலகத்தைப் பற்றிய கவனமோ இல்லை என்றாகிவிடும். இந்தச் சூழல் நிறைந்த ஹாலில் ரிமோட்டைக் கையில் உருட்டிக்கொண்டே திரைமீது பார்வையைப் பதித்திருந்தாலும், சோர்வாக ஏழடி சோபா மீது குறுக்கும் நெடுக்குமாக ஒரு உடல் சாய்ந்து கிடந்தால் அது கோகி மேடம் என்று நினைக்க வேண்டும். இன்னும் ஒரு மணி நேரம் ஓடும் இந்த நிகழ்ச்சி முடியும்வரை மேடம் அங்கிருந்து ஒரு இஞ்சும் அசையமாட்டார்கள் என்பது துருபதிக்குப் பழகிப்போன விஷயம்.

திரை மீது தன் நீண்ட கருங்கால்களை நான்கு திசையிலும் தவழவிட்டு பயங்கரமாக கத்திக்கொண்டே ஊர்ந்து போகும் பிளாக் விடோ சிலந்தி கோகியை சந்தோஷப்படுத்துவது வியப்பாக இருந்தது. தன்னுடன் இணையும் ஆண் சிலந்தியை இது கொன்று தின்றுவிடுமாம்! 'அதன் கொடுக்கில் விஷப் பாம்பை விடவும் பதினைந்து மடங்கு அதிக விஷம் இருக்குமாம்' என்று கோகி மேடம் ஓரிரு முறை சொன்னது நினைவிற்கு வந்து உடம்பு முழுதும் எப்போதும் போல கடகட என்று நடுங்கியது. இந்த விசித்திரமான பூச்சியை அடிக்கடி எதற்காகப் பார்க்கிறாள் இந்தப் பெண்? அதை என்னமோ ஆராய்ச்சி, ரிசர்ச் என்கிறார்களாம். எல்லாம் விட்டு இந்த பாழாய்ப்போன

பூச்சியின் மீது? அது என்ன படிக்கிறாளோ? என்னத்தை எழுதுகிறாளோ?

துருபதி மற்றும் கோகி என்றால் கோகிலா இருவரின் தோல் நிறம் கிழக்கு மேற்குக்கு இருக்கும் இடைவெளி. மேடம் பாலில் கழுவிய மல்லிகைப் பூவால் மூடியதைப்போல சுத்த வெள்ளை. நீண்ட முடியுடையவள். அவளுடைய மின்னும் சுருக்கமில்லாத தோலுக்கு ஐம்பதைத் தாண்டிய அறிகுறிகளே கிடையாது. முகத்திற்கு மேலும் பௌடர் பூசி, போட்ட தங்க பிரேம் கண்ணாடியில் கண்டிப்பாகத் தெரிவது முப்பத்தி ஐந்திற்கு நெருக்கமான முகம். இனி துருபதி –அந்தப் பெயரை ஏன் வைத்தார்கள் என்று அவள் அம்மாவுக்கும் தெரியாது. அவள் பிறந்தபோது அமாவாசைக் கறுப்பை குழந்தையின் சருமத்திற்கு அவள் அம்மாவே பூசியதுபோல அப்படியொரு கறுப்பு நிறம். குட்டை முடி. என்ன செய்ய முடியும்? அவள் தவறல்லவே? தன் அப்பா அம்மா இருவருக்கும் இப்படிக் கறுப்பு நிறம் இல்லாத போது தனக்கு மட்டும் எங்கே இருந்து வந்ததோ, ஈஸ்வரா என்று மனதிற்குள் அழுத அந்த நொடிகளை தற்போதுதான் மறந்திருக்கிறாள்.

‘துருபதி, எங்க போனே? இன்னும் காப்பி ஏன் கொண்டு வரலை?’

மேடம் கத்திய கத்தலுக்கு கையில் இருந்த பாரமான ட்ரே நடுங்கியது.

காப்பியுடன் இரண்டு பிஸ்கட்டை மென்றுக்கொண்டே மேடம் திரையைக் கூர்ந்து பார்த்துக்கொண்டிருக்க அவளால் மேலும் அங்கே நிற்க முடியவில்லை. அது எப்படி, சாப்பிடும்போது இந்த அசிங்கத்தை எல்லாம் இவளால் பார்க்க முடிகிறது? சதுரமான தன் முதுகைத் திருப்பிக்கொண்டு கால்களுக்கு இடையே சிக்கிக்கொண்ட தன்னைப்போல மற்றொரு சிறிய புழுவை இறுகப் பிடித்துக்கொண்டு கொஞ்சம் கொஞ்சமாக விழுங்கியபடியே... அங்கே உமிழ்நீரைப்போல ஏதோ ஒன்று விசித்திரமாக சொட்டுச் சொட்டாக சிந்த... த்தூ அசிங்கம்.

பெரியவர்களின் நடவடிக்கைகள் எல்லாம் துருபதிக்கு சரியாகப் புரிவதில்லை. ஆனால் அதைப் பற்றி வாய் திறப்பதாகட்டும், ஆர்வத்தைக் காட்டுவதாகட்டும் அவள் என்றும் இங்கே

செய்யமுடியாத, செய்யக்கூடாத வேலைகள். பெரிய மனிதர்கள் யார் யாரோ மேடமைப் பார்க்க வருவார்கள். எல்லோரும் பெரிய கோப்புக்களையோ, தட்டையான மடிக்கணினியையோ கொண்டுவந்து அதன் திரை மீதும் இதைத்தான் பார்ப்பார்கள்... ச்சீ...

'அதெல்லாம் உனக்கென்ன தெரியும், மண்ணாங்கட்டி...' என்று கேலி செய்வாள் காநிதி. அவள் இங்கே என்ன வேலை செய்கிறாள் என்பதும் துருபதிக்குச் சரியாகத் தெரியாது. சமையல் மற்ற வீட்டு வேலைகளை எல்லாம் தான் செய்யும்போது கோகி மேடம் இவளை உதவியாளர் என்று அழைக்கிறாள். அநேகமாக இவளுக்கும் கம்ப்யூட்டர் தெரியும். இரவுபகல் அதன் முன் விரலைத் தட்டிக்கொண்டு உட்கார்ந்திருக்கும் மேடமுடன் இவளும் அதையே செய்கிறாள். அதற்காக அவளை உதவியாளர் என்று அழைக்கலாம். இவை எல்லாம் கல்லூரியில் கற்றவர்களின் பேச்சு. ஆனாலும் இந்தப் பெரிய மனிதர்களுக்கு இதெல்லாம் என்ன வேலையோ? எப்போதும் இந்தப் பூச்சியைப் பற்றிய சர்ச்சை. அதையோ அல்லது அதைப்போலவே இன்னும் அசிங்கமான புழுக்களை அறுத்துப் பார்த்து... ஆமா... ஆணைத் தின்னும் இந்தப் பூச்சியின் மீது இவர்களுக்கு ஏன் இத்தனை அக்கறை?

தினமும் காலை எட்டுமணிக்கெல்லாம் கோகி மேடம் புறப்பட்டுவிடுவாள். அவள் அலுவலகம் பெரிய கட்டடம். அதில் பல அறைகள். ஒருமுறை ஏதோ நிகழ்ச்சி என்று இவளையும் அழைத்துப் போயிருந்தபோது பார்த்து, திறந்த வாய் மூடாமல் அசந்து போனாள் துருபதி. அங்கே நடமாடும் ஆயிரக் கணக்கான ஆண் பெண்களின் ஆடைகள் சினிமாவில் காட்டுவது போலவே குட்டைப் பாவாடை, குட்டை நிக்கர், கிழிந்த ஜீன்ஸ். கூந்தலுக்கு எண்ணெய் காட்டி எத்தனை ஆண்டுகளோ?

அன்று பெரிய விழா நடத்தி, கோகி மேடமை மேடைக்கு அழைத்து, மாலை அணிவித்து, பொன்னாடை போர்த்தி, கைக்குள் அடங்காமல் வெளியே நீளும் பெரிய சான்றிதழ், பெரிய கூடை நிறைய பூ பழங்களைக் கொடுத்து போட்டோக்கள் எடுத்தது எனக்கு நன்றாக நினைவிருக்கிறது. கோகி மேடமின் வெளிர்சிகப்பு முகம் மேலும் ஒளிரியதும் கூட நினைவு. ஏதோ பெரிய சாதனை செய்ததற்காகவாம் இந்த மாலை மரியாதை.

‘சாதனை’ என்றால் என்ன? என்று காநிதியைக் கேட்டுத் தெரிந்து கொள்ள வேண்டும் என்று தோன்றினாலும் அவள் என்னை கேலி மட்டுமல்ல கிண்டல் செய்தும் சீண்டுவாள் என்பது நினைவுக்குவந்து வாய் தானாகவே மூடிக்கொண்டது.

அதற்குப் பிறகு, இவர்கள் எல்லாம் சொல்லும் ஆராய்ச்சி என்பது இன்னும் அதிகமாகவே நடந்தது. புத்தகத்திலும் அதுதான், கணினியிலும் அதுதான், இந்த தொலைக்காட்சியில் பார்த்தால் அதிகமாக மிதக்கும் காட்சியும் அதுதான். நடக்கட்டும், எனக்கென்ன? புழு பூச்சிகளைப் பற்றி ஆராய்பவர்கள் அதை அல்லாமல் வேறு எதைப் பார்ப்பார்கள்... அது போகட்டும். தங்கள் வீட்டு கியாரேஜில் ஒரு பகுதியில் நீண்ட மர அலமாரிகளில் வகைவகையான சின்னச் சின்னக் கண்ணாடி ஜாடிகளில் நிரப்பி வைத்திருக்கும் திரவங்களில் மிதக்கும் நூற்றியெட்டு வகையான விசித்திர உருவங்கள் கொண்ட சிலந்திகளை முதலில் பார்க்கும் போது அதிர்ச்சியுற்ற நினைவு. அவை எங்காவது வெளியே இறங்கி வந்துவிட்டால்?

மேடம் சிரித்து, ‘ஏ, அசடு... அவை எதுவும் உயிரோடு இல்லைடி. செத்துக் கிடக்கு. அங்கே பார், அந்தக் கறுப்பு நிறத்து, இந்தப் பக்கம் வா காட்டுறேன், பார் இதுதான் பிளாக் விடோ. டிவில பாத்தயல்ல” என்று தோளைப் பிடித்து இழுத்து அவள் கழுத்தைத் திருப்பினாள். அவள் பயந்து எட்டிப் பார்த்து ச்சி.. ச்சீ!

“இது ஒன்று மட்டுமல்ல ஆண் சிலந்தியைக் கொல்லுவது. இன்னும் நிறைய இருக்கு... வேற வேற.. அதுங்களும் கூட இப்படித்தான் ஆண் சிலந்தியை ஒரே அடியில்...”

அவள் முகத்தில் பயத்தைக் கண்டு சும்மா புன்னகைத்து வெளியே நடந்த துருபதி மனதில் குழப்பம். என்னவாக இருக்கும் இந்த மேடம் பேச்சின் பொருள்? எதையோ சொல்ல வருவதுபோல பிறகு அப்படியே சட்டென்று நிறுத்தி... தனக்குத் தானே பேசிக்கொண்ட பேச்சுக்கு என்ன பதில் சொல்ல வேண்டுமோ தெரியாமல் கண் கொட்டாமல் அவள் முகத்தையே பார்த்த போது, அந்தக் கண்களில் அலை அலையாக வலி, நிராசை அல்லது வன்மங்கள் உறைந்துபோன ஆழ்ந்த அமைதி. பல முறை பார்த்தது போல இன்றும் கூட அவள் படபடக்கும் கண்கள் நிறைய தனக்குப் புரியாத வேதனை.

திடீரென்று இங்கே வந்துவிடுவாள் கோகி, என்றாள் கோகிலா. 'இரவு ஆறு பேருக்கு சாப்பாடு தயார் செய் பதி' இவளை அவள் சில சமயம் அப்படியும் அழைப்பாள்.

சனி ஞாயிறுகளில் வீட்டுக்கு வருபவர்கள் அதிகம். சாப்பிட்டுக்கொண்டிருக்கும் போதே இன்னும் எது எதையோ சமைத்துப் பரிமாறு என்று சில சமயம் கட்டளையும் செய்வாள் இந்த மேடம். அப்போது எல்லாம் துருபதிக்கு தலை கெட்டுப்போகும். அப்படி, இத்தனை பேர் வருகிறார்களே ஆனால் இந்த மேடம் கணவன் அல்லது வீட்டார்கள் யார் முகத்தையும் அவள் பார்த்ததே இல்லையே! எங்கே இருக்கிறார்கள்? இருக்கிறார்களா இல்லையா? இப்படி யோசிக்கக்கூடாது என்றாலும் மனம் விடுவதில்லை. மேடம் கூட அவளைப் போல பதினாறு வயதிலேயே கணவனை இழந்து தனியானாளோ? ச்சே.. ச்சே.. ஏதேதோ தலையைக் குடைகிறது. சோறு துணி கொடுத்து வளர்த்தவளப் பற்றி இப்படி கெட்டதாக நினைக்கிறேனே, நான் பாவியல்லாமல் பின்ன என்னவாம்.

அப்போது எவ்வளவு சின்ன வயசு எனக்கு? சிங்கராசு எனக்குத் தாலி கட்டினவன் – அவனோ நாற்பதைத் தாண்டியவன். இன்னும் அதிகமாகவே இருக்கலாம். ஒரு இரவு கள்ளச் சாராயம் ஒரு குப்பி குடித்துப் படுத்தவன் பிறகு எழவே இல்லை. சேரி முழுதும் அவனைப்போல சட்டிச் சாராயம் குடித்துப் படுத்து எழ முடியாதவர்களைப் பற்றிய கூக்குரல், செய்தியாளர்களின் கூட்டம், பேப்பர் டிவியில் தன்னைப்போல மார்பை அடித்துக்கொண்டு வரிசையாக விழுந்து உருண்ட காட்சிகள்...

அவை எல்லாம் முடிந்து அரசாங்கம் கொடுத்த சிறு தொகையை வாங்கிக்கொண்டு, தன் அத்தையை முதுகில் கட்டிக்கொண்டு, அடுத்தது என்ன என்ற கேள்வியை தலையில் சுமந்து கொண்டு வெளியேறிய கசப்பான நினைவுகள் நிறைய. எங்கெல்லாமோ அலைந்து முடிவில் மதராசுக்குப் போகலாம், கூலியாவது கிடைக்கும் என்ற கடைசி யோசனையின் போது, இரயிலில் பார்த்த இந்த மேடமிடம் பேச, அவளுடைய அன்பான வார்த்தைகளில் இருந்த நம்பிக்கை, திக்குத் திசை தெரியாத அந்த நேரத்தில் ஆறுதலாக இருக்க, தன் கதையைச் சொன்னாள். 'எங்கூட வந்து இருக்கயா, வேலை தர்றேன்'னு கூட்டி வந்து இருபது ஆண்டுகளானது... மேடம் மிகவும் நல்லவள். என்னை

நன்றாகப் பார்த்துக் கொண்டாள். அப்போதும் அவளுக்குக் கணவன் இருக்கவில்லை. இப்போதும் கிடையாது. ஆனால் அதைப் பற்றி கிளறிக் கேட்கும் தைரியம் மட்டும் அவளுக்கு வரவில்லை. கணவன் இருந்திருந்தால் வீட்டில் அவன் போட்டோ ஏதாவது இருக்க வேண்டுமே! எங்கேயும் கண்ணுக்குத் தெரியவில்லை. என்றால் திருமணம் ஆகவில்லையா? இருக்காது, கழுத்தில் மெல்லிய தங்கத்தாலி தெரியுதே! கோடம்பாக்கத்தில் நல்ல வசதியான, அமைதியான இடத்துக்கு நடுவில் பத்தடி உயரச் சுவருக்கு உள்ளே மர நிழல் விரிந்த சின்ன பங்களாவில் அவள் வசிக்கத் தொடங்கி முப்பது ஆண்டுகளுக்கும் அதிகமானது என்று காநிதி சொல்லி அவள் கேட்ட நினைவு. அதற்கும் முன், என்றால் மதராசுக்கு வந்து சேருவதற்கும் முன் கோகி இருந்தது, கல்வி கற்றது, வேலை செய்தது எல்லாம் மும்பை. அது மட்டும்தான் சிலருக்குத் தெரிந்திருந்தது போல.

வெளியே வந்த இரண்டு இளைஞர்களுடன் கோகி மேடம் பூச்சிகளைப் பற்றி சர்ச்சை செய்து கொண்டிருந்தாள். அவர் இருவரும் அவள் வழிகாட்டியில் ஏதோ பி.எச்.டி. செய்கிறார்களாம். காநிதி சொன்னது. அவள் வார்த்தையில் ‘ஜுவாலஜி, ‘எண்டமாலஜி’ என்ற சொற்கள் அடிக்கடி காதில் விழுந்து அது எதுவும் புரியாமல், இனி முடியாது என்று கடைசியாக காநிதியிடம் கேட்டு விட்டாள்.

“அது என்ன எப்போதும் லாஜி..? என்னமோ லாஜி என்கிறார்களே அது என்ன? சொல்லு” பிடிவாதம் பிடித்தவளை பின்கட்டிற்கு அழைத்துச் சென்று அங்கே நடமாடிக் கொண்டிருந்த ஒரு கரப்பான், ஒரு சிலந்திப் பக்கம் கையைக் காட்டி. ‘இப்படிப் பல பூச்சி புழுக்கள் இருக்குமே அதைப் பற்றி படிப்பது என்று அர்த்தம்’ என்று சொல்லிச் சிரித்து உள்ளே போனாள் காநிதி.

“அய்யோ கடவுளே, கரப்பானைப் பற்றி இவ்வளவு படிக்கணுமா?” என்று அவள் கேட்கும் முன் காநிதி மேடம் அருகே சென்று உட்கார்ந்து விட்டாள்.

‘பைத்தியக்காரக் கூட்டம்’ என்று சமையலறைக்குள்ளே சென்று அங்கே நுழைந்து மெல்ல நழுவிக்கொண்டிருந்த ஒரு கரப்பானை வேகமாக அடித்துக் கொன்று தன் கோபத்திற்கும் வியப்பிற்கும் பதில் சொல்லிக் கொண்டிருந்தாள்! ஆனால் அந்தக் கறுப்பு நிறத்துச் சிலந்தி தன்னுடன் இணையும் ஆண்

சிலந்தியை எதற்காக அந்தத் தருணத்தில் உண்கிறது என்ற ஆர்வம் மேலெழுந்தது.

வந்தவர்களுக்காக காப்பி ட்ரேயை எடுத்துக்கொண்டு வெளியே வந்தபோது அதே கறுப்புச் சிலந்தியின் ஓவியத்தின் மீது பென்சிலைப் பிடித்து பேசிக்கொண்டிருந்த மேடம், அங்கேயே நின்று பார்த்துக்கொண்டிருந்த அவள் பக்கம் கேள்விப் பார்வையை வீசினாள். தட்டுத் தடுமாறி கப் சாசர்களை எடுத்துக்கொண்டு உள்ளே வரும்போது தலைக்குள் ஒரு குடைச்சல்... தன்னை இணையும் ஆண் பூச்சி - அதுவும் இதைப்போல ஒரு உயிர்தானே? அதை சிலந்தி எதற்காக தின்கிறது? அதுவும் அந்தத் தருணத்தில்? ஒரு உயிர் பிறக்கும் சமயம் அதற்குக் காரணமான உயிர் எதற்குச் சாகவேண்டும்?

மனம் கலங்கியது. தான் கிராமத்துப் பெண். நான்கு - ஐந்தாம் வகுப்புக்குப் பிறகு பள்ளிக்கூடத்திற்குள் காலடி எடுத்து வைத்தவள் அல்ல. ஆனாலும் சிங்கராசு பதினைந்தாம் வயதில் தன் வயிற்றில் ஒரு உயிரை விதைத்தபோது மகிழ்ச்சிப் பரவசம். ஆனால் கணவன் இறந்த அன்றே அதுவும் தவறிவிட்டது. ஆண்டவன் கணக்கு. தான் உயிருடன் வாழக் காரணம் எதையும் விடாமல் பறித்துக் கொண்டிருந்தான் என்று தோன்றுகிறது. ஆனாலும் உயிருடன் இருந்தாள். வேறென்ன செய்ய முடியும்?

கோகி மேடமுடைய உரத்த குரலின் கத்தலுக்கு அதிர்ந்து திரும்பிப் பார்த்தாள். என்ன நடந்திருக்கும்? தாங்க முடியாமல் காது கொடுத்துக் கேட்டாள்.

தடுமாறிக்கொண்டிருந்த மேடம் முகத்தில் கனல் நிறைந்தது போல சிகப்பு. நெற்றி நிறைய நின்ற வேர்வை. பல இடங்களுக்கு ஒன்றன் பின் ஒன்றாக ஃபோன். 'சர்'... என்று சொல்லிக் கொண்டிருந்தாள். யாருக்கு இப்படி பயந்து 'சர்.. சர்' என்று அடிக்கடி சொல்கிறாள்?

மேலும் இரண்டு அழைப்புகள். இவளுக்கு ஆர்யன், ஆர்யன் என்று கேட்டது. அந்த ஆர்யன் யார்? இங்கே ஒரு முறை வந்திருந்தான் என்று தோன்றுகிறது... எப்போதோ பார்த்தது போல...

ஆங்கிலத்தில் முழுதுமாக நடந்த உரையாடலில், தன் மூளையின் அறிவுக்குத் தெரிந்த இரண்டு வார்த்தைகள். ஒன்று போலீஸ். மற்றொன்று கம்ப்லைண்ட். காயமடைந்த புலியைப்போல கோகி அறை முழுதும் ஓடியதைக் கண்ட நொடி ஏதோ நடக்கக் கூடாதது நடந்து விட்டது என்று தோன்றியது. இல்லை என்றால் மேடமுடைய இதுபோன்ற பயந்த உருவத்தை இதற்கு முன் பார்த்தது போல நினைவில்லை.

தாங்க முடியாமல், வீட்டு முன் கேட்டின் செக்யூரிட்டி ராமலிங்கத்திடம் பின் வாசல் வழியாக வேகமாக ஓடினாள். அவன் யாருடனோ ஃபோன் பேசிக்கொண்டிருந்தான். என்ன செய்வதென்று தெரியாமல் பித்துப் பிடித்தவள் போல அங்கிங்கும் பார்த்துக்கொண்டிருந்த போது மேடம் தன் காரில் ஏறிப்போனது தெரிந்தது. தான் அந்த நேரத்தில் அவள் கண்ணில் படுவது வேண்டாம் என்று, சிறிது ஒதுங்கி மறைவான இடத்தைத் தேடுவதைத் தவிர வேறு வழியிருக்கவில்லை.

'என்ன இங்க வந்து நிக்கறே?' ராமலிங்கம் ஃபோன் பேசுவதை முடித்து இந்தப் பக்கமாகத் திரும்பிக் கேட்டான். 'அது.. மேடம் ஃபோன், போலீசுன்னு சரியாப் புரியலை. நேத்துல இருந்து சரியாச் சாப்பிடலை. என்னமோ எனக்கு பயமா இருக்கு, தெரியுமா?'

'பழைய கதை' – அவன் சிரித்தான்.

'பழைய கதை, என்றால்?'

'நேற்றே எனக்குத் தெரியும். அதனால்தான் பழைய கதை என்று சொன்னேன்.'

'விவரமா சொல்லு' பொறுமை இழந்து கேட்டாள்.

'மேடம் டிபார்ட்மெண்ட் பெண் ஒருத்தி மீது ரேப் ஆயிருக்காமா'

"அப்படீன்னா? என்னத்தையோ உளறாதே. உங்களுக்கு எப்பவும் கெட்ட புத்தி. தலைக்குள்ள எப்பவும் அதே விஷயம்'

கோபித்துக் கொண்டு திரும்பி நடந்தவளை தடுத்து அவன், "நேத்து ராத்திரி மேடம் ஒரு மணிக்கு எங்கேயோ போயிருந்தாங்க, தெரியாதா உனக்கு?"

“ராத்திரி ஒரு மணிக்கா?”

“ஆமா, ராத்திரி. பிறகு நாலு மணிக்குத்தான் திரும்பி வந்தாங்க. எதுக்குன்னு தெரியுமா? அங்கே காலேஜில ஒரே கலாட்டாவாம். பிள்ளை வேற தூக்குப் போட்டு செத்துப் போச்சு”

“உன... உனக்கு யார் சொன்னாங்க?”

“கர்ல்ஸ் ஹாஸ்டல்ல என் பொண்டாட்டி வேலை செய்யறா, உனக்குத் தெரியுந்தானே?”

அதற்கு பதில் சொல்லித் திரும்பி நடந்தாள். இரவு நான்கு மணி நேரம் கோகி மேடம் இல்லாதது தனக்குத் தெரியவே இல்லையே. ச்சே.. என்ன பேய்த் தூக்கம்? காலையிலும் ஒரு பேச்சில்லை. அறையை விட்டு வெளியே வரவில்லை. ஏதோ உடம்புக்கு சரியில்லை என்று சும்மா இருந்தேன். இப்போது பார்த்தால், இவன் ஏதோ செய்தியைச் சொல்கிறானே. ராமலிங்கமும் அப்படித்தான். எல்லா ஆண்களும் அப்படித்தானோ? பெண்ணுக்கு இருப்பது மானம் அல்ல. ஏதோ எறும்பு கடித்தது என்பதைப்போல எளிதாகச் சொல்லி முடிக்கிறான். வன்மம் இப்படி எளிதாகி விட்டதா? எங்கே பார்த்தாலும், கேட்டாலும் பெண்களின் மீது தாக்குதல். சில நேரம் கவலையும் கூட.

உடல் நடுங்கியது. அப்போது அவளுக்குப் பனிரெண்டு வயது. இல்லை இன்னும் பதிமூன்று நிறைவடையவில்லை. எத்தனை பேர்? இருவர் இருக்கும். சரியாக நினைவில்லை. அரை மணி நேரம் நரகம். யானை காலுக்குக் கீழே சிக்கிக்கொண்ட இலையைப்போல தன் உடல். இரவு இருள். ஊதுபத்தி தேய்த்து முடித்து ஊருக்குள் இருக்கும் கடைக்குக் கொடுத்துத் திரும்பி வரும்போது கண்மூடித் திறப்பதற்குள் தன் மீது பாய்ந்திருந்தார்கள். ஊர் வழியில் இருக்கும் பாழும் கிணறுக்கு விளக்கு வெளிச்சம் எங்கே... கத்தினால் நேராக கிணறுக்குக் கீழே போய் விழும் குருட்டு இரவு.

இல்லை. அழுகை வரவில்லை. தன் அழுகை அன்றே மடிந்துவிட்டது. அன்று உடலுக்குள் இருந்த கண்ணீர் குடம் உருண்டு சாய்ந்து வெறுமையாகி விட்டது. ‘யாருக்கும் சொல்லாதே. இங்க இருந்து முதல்ல நட’ என்று அம்மா இழுத்துக்கொண்டு ஊரை விட்டு வந்தாள். கால்களுக்கு

இடையே சிந்திய குருதிக்கு துணியைச் சுற்றி... ஆனாலும் நிற்காத இரத்தத்திற்கு எங்கிருந்து அணை கட்டுவது என்று தெரியாமல் அதிர்ந்து போனாள்.

அவளுக்குத் தெரியும் அவர்கள் யார் என்று. அவர்கள் செல்வாக்கும் தெரியும். ஆனாலும் தன்னால் எதுவும் செய்யமுடியாது என்று தெரிந்திருந்தது. ஏழைகளுக்கு மரியாதை எங்கே இருக்கிறது? அதனால் அவளுக்குத் தெரிந்த ஒரே வழி, அந்த இடத்தை விட்டுப் போவது. அவளது ஒழுகும் இரத்தம் நிற்காதபோது ஏதோ கண்டறியாத ஊரில் கழுத்தில் இருந்த தாலியை விற்று, ஒரு செவிலியைப் பிடித்து கை நிறையப் பணத்தைத் திணித்து, 'யாரிடமும் சொல்லிவிடாதே, தாயி.. என்னமோ நடந்திருச்சு.. ஏதாவது ஊசியைக் குத்தி இந்த இரத்தத்தை நிறுத்து' என்று கண்ணீர் சிந்தி, அவள் சரி என்று மூன்று நான்கு நாட்கள் சிகிச்சை அளித்து... அய்யோ, நரகம் என்பதற்கு வேறு சொல் இருக்கிறதா? என் அம்மா என் தொடை இடுக்கில் இருந்து பாயும் இரத்தம் நின்ற பிறகு, அங்கே இருந்தும் வேறு எங்கோ புறப்பட்டதை எப்படி மறக்க முடியும்? அவள் மூன்று நாட்கள் சிந்திய கண்ணீரின் பொருள் பிறகு எப்போதோ புரிந்தது. பெண். அதுவும் கறுப்பு. ஓடுகாலி அப்பன் விட்டுப்போய் வெகு காலமானது. இப்படிப்பட்ட மகளின் கவலை பெற்றவளுக்கல்லாமல் வேறு யாருக்கு இருக்கும்? அதற்கு, என் பங்கிற்கு வந்து கணவன் என்று விழுந்தவன் நாற்பது வயதுக்குக் குடிகாரன்.

வாசலுக்கு வெளியே கார் நின்ற சத்தம். மேடம் வந்திருக்க வேண்டும். அவசரமாக சமையலறைக்குள் நுழைந்து பார்க்கும்போது காய்ச்ச வைத்த பால் முழுதும் பொங்கி வழிந்து, கேஸ் அடுப்பு அணைந்து புகைச்சல் வாடை பரவி இருந்தது. படபட என்று சன்னல்களைத் திறந்தாள். கோகி ஏனோ இந்தப் பக்கம் தலை காட்டவில்லை. நேராக அறைக்குள் போய் அடைந்து கொண்டாள். என்ன நடக்கிறது? எட்டிப் பார்க்கவும் பயம். இல்லை என்றால் கவலை. சன்னலுக்குள் எட்டிப்பார்த்த இருள் சூரியன் மூழ்கிய செய்தியைச் சொன்னது. இப்போது என்ன செய்ய. போய்ப் பேசட்டுமா? இரண்டு நாள் சாப்பிடவில்லை என்று நினைவுப் படுத்தட்டுமா?

அறையிலிருந்து, அயர்ந்த குரல் மெல்ல வந்தது. "தண்ணீர் கொண்டு வா பதி."

மறு பேச்சில்லாமல் ஃபிரிஜ்ஜைத் திறந்து ஐஸ் போட்டு தண்ணீர் நிரப்பி ஜக்கை எடுத்துக்கொண்டு வெளியே நடந்தாள். சோர்ந்து சோபாவில் அரைகுறையாகச் சாய்ந்துகொண்டிருப்பது கோகிலாவா, அல்ல. அடி வாங்கி விழுந்த பறவை என்று தோன்றியது. இல்லை, அடி வாங்கிய புலி இது. பேசட்டுமா. பேசினால் கோபம் தலைக்கு ஏறி என் மீது பாய்ந்தால்?

சந்தேகத்துடன் அங்கேயே நின்றபோது மேடம் 'துருபதி' என்ற போது கால்கள் தடுத்தன...

பக்கத்தில் நெருங்கினாள்.

"காலம் என்றும் மாறுவதில்லை பார்..." விசித்திரமாக சிரித்தாள்.

"என்னம்மா, என்ன ஆச்சு?"

மேடம், நீண்ட பெருமூச்சு விடுவதைப் பார்த்தாள். "இந்த ஆண் வர்க்கம் இருக்கிறதே, அது தன்னை என்ன என்று நினைக்கிறது, புரிவதே இல்லைடி."

அழுகிறாள் கோகி. விக்கி விக்கி. உடலுக்குள் இருக்கும் விஷயத்தை விழுங்கிவிடுவதுபோல விக்குகிறாள். தனக்குள்ளேயே தெளிந்தும் தெளியாத பேச்சுக்கள். "அவனும் இப்படித்தான்... அப்போது நான் என்ன செய்திருக்க வேண்டும் தெரியுமா? இதோ, இந்த பிளாக் விடோ ஆண் சிலந்தியைக் கொல்லுமே, அப்படிக் கொன்றிருக்க வேண்டும். இந்த ஆண் புழுக்கள் என்றால், புழுக்கள்... விஷப் பாம்பை விடவும் கொடூரமானவர்கள். விஷப் பாம்பு தன்னை மிதிப்பவர்களைக் கொத்தும். இந்த ஆண் புழுக்கள் பெண் தேகம் கிடைத்தால் போதும்... உயிரோடு கொன்றுவிடும்." பெருமூச்சு நிற்பதற்கு முன்பே உட்கார்ந்த இடத்திலேயே காலை நீட்டி சாய்ந்து இவள் கையைப் பிடித்து அருகில் இழுத்தாள்.

ஒன்றும் புரியவில்லை. மேடமுக்கு என்ன ஆகி இருக்கிறது? ஏதோ புழு ஆண் புழுவைக் கொல்லும் பேச்சு இப்போது எதற்கு வந்தது? அதற்கும் இதற்கும் என்ன சம்மந்தம்? எப்போதும் இப்படித் தாளம் தவறி பேசியதைக் கேட்டதில்லை. கம்பீரம் இவளுடைய இயல்பான குணம் என்பதை மட்டுமே அறிந்தவள். இன்று என்ன இப்படி? கொட்டாவி விட்ட மேடம் வாயிலிருந்து விஸ்கி வாடை வந்தது. மனம் அதிகமாக துவளும்போது மேடம்

இப்படி கொஞ்சம் குடிப்பது அதிசயம் அல்ல. பெரியவர்கள் விஷயம்.

“பதி, ரேப் என்றால் என்ன தெரியுமல்ல உனக்கு... ஒரு முறை சொல்லியிருந்தாயே உன் கதையை. அந்த நிகழ்வு நடக்கும்போது பெண்ணுக்குள் என்னவெல்லாம் மடிந்து போகும் தெரியுமா? முதலில் சாவது அவள் மனம். அவள் இதயம். அவள் வாழ்க்கையே மடிந்துபோகும்டீ. அந்தப் புழுக்கள் மட்டும் சாகாது. உயிர் இருக்கும்வரை அந்த பிணத்தை சுமந்து நடப்பார்கள் பெண்கள்... நானும் அப்படித்தான் ஒருமுறை இறந்து போய்விட்டேன் பதி... இப்ப இருப்பது, இப்படி எல்லாம் அலைந்து கொண்டிருப்பது நானல்ல என் பிணம். என் கணவன் அதை எல்லாம் பார்த்துக் கொண்டுதான் இருந்தான். அவன் கண் முன்னால் எல்லாமும்... அங்கேயே இறந்து போனேன்... அன்றே இறந்து போனேன். என் மண வாழ்க்கை, குடும்பம் எல்லாம் இறந்து போனது. இல்லை, இல்லை கொன்றிருக்க வேண்டும். அவனை நான் கொன்றிருக்க வேண்டும். ஏனென்றால், சட்டம், கோர்ட் எதுவும் அவர்களை ஒன்றும் செய்யாது.”

பேசிக்கொண்டே... பேச்சல்ல அது உளறல். கோகி உட்கார்ந்த இடத்திலேயே கழுத்தைச் சாய்த்து உறக்கத்தைப்போல ஒரு ஆழ்ந்த மயக்கத்தில் மூழ்கியதைக் கண்டு பிறகு, அங்கே நிற்க மனம் இல்லாமல் அவள் மீது ஒரு ஷாலைப் போர்த்திவிட்டு நழுவினாள்.

“நான் அவனை அங்கேயே அன்றே கொன்றிருக்க வேண்டும். இந்த பிளாக் விடோ. இந்த சிலந்தி கொல்லுமே அப்படி அதே கணம். இல்லை என்றால் இந்த ஆண் புழு தப்பித்துக்கொண்டு ஓடிவிடும். பிறகு எப்போதும் கைக்குக் கிடைக்காது. அதற்காகத்தான் அது நம் உடல் மீது பாயும் போதே அதன் மர்மத்திற்கு... ஆமாம்.. அங்கேதான் உதைத்து கதையை முடிக்கவேண்டும்...”

ஓயாமல் மண்டைக்குள் ரீங்காரமிடும் ஒலிகள். அந்தக் கேள்வி மிகையாக வாட்ட, அடிக்கடி திரை மீது கண்ணுக்குத் தெரியும் கறுப்பு சிலந்தியைப் பற்றி முன்பு ஒருமுறை அவளுடைய மூட் சரியாக இருந்தபோது பயந்துகொண்டே சில கேள்விகள் கேட்டிருந்தாள்.

"இந்த சிலந்தி தன்னை இணையும் சிலந்தியைக் எதற்காகக் கொல்கிறது?"

"எதற்காக அப்படிக் கொல்கிறது என்பதற்கு முழுமையான காரணம் தெரியாது துருபதி. ஆனால் பிறகு பிறக்கும் தன் குஞ்சுகளுக்காக அந்த பூச்சியின் உடலையே தனக்கு உணவாக்கிக் கொள்கிறதாம். அது ஒரு காரணம் என்கிறார்கள். விசித்திரமாக இருக்கிறதல்லவா?"

ஆம்.

தான் முட்டையிட்டு குஞ்சு பொறிக்கும் சந்ததிக்காக தன்னுடன் இணைந்த சிலந்தியை உண்ணும் காரணத்திற்காகவே அதை 'பிளாக் விடோ' - 'கறுப்பு விதவை' என்று அழைக்கிறார்கள். இந்தப் பூச்சி. உடம்பு படபட என்று நடுங்கியது. தானும் அந்த அமாவாசை இருட்டில் கறுப்பு நிறத்தவள். சிங்கராசு இறந்துவிட்டான். ச்சே.. என்ன இது? தலையை அசைத்து தன் வேலையில் ஈடுபட்டாள். ஆனால் கோகி மேடம் சொன்ன வார்த்தை இன்னும் தலைக்குள் அலைபாய்கிறது.

"எல்லா ஆண்களும் புழுக்கள். இவனும் அதுதான். நான் அவனை அன்றே கொன்றிருக்க வேண்டும். அந்த சிலந்தி கொல்கிறதே அதுபோல. எப்படி பார்த்தாய் தானே." என்ன யோசித்தாலும், பாதியில் வந்து நிற்கத் தொடங்கியது அந்தக் கறுப்பு இரவில் கிணறுக்கு அருகில் விழுந்திருந்த அவள், பனிரெண்டு வயதின் இளம் சரீரம்.

ப... ப... பதி ... எங்க இருக்க? வா...

மேடம் பேச்சுத் திக்கியது. குனிந்து பார்ப்பதற்குள் கோகி கீழே விழுந்துவிட்டாள். வாயிலிருந்து வெளியே வந்த அந்த விஸ்கியின் வாடைக்கு தலை கொஞ்சம் சுற்றியதைப்போல இருந்தாலும், பழகிப்போன விஷயம். சிரமப்பட்டு தூக்கித் திருப்பி அங்கே இருந்த சோபாவில் சாய்க்கும் முன் அவள் தோளில் சாய்ந்து கக்கிவிட்டாள். உடம்பு முழுதும் அழுகிய பழத்தின் நாற்றம். வாந்தி வருவதுபோல இருந்தது. வழி இல்லாமல் அவளை சுத்தப்படுத்தி அங்கேயே படுக்க வைத்து, அவள் குளித்து வந்து படுக்கையில் உருண்டு தலையணை மீது தலை வைத்து தூக்கத்திற்காக ஏங்கினாள்.

மென்மையான மஞ்சள் வண்ண மணலை சுமந்துகொண்டு வீசிய காற்று... காதில் ரும்ரும்மென்று நெஞ்சு வெடிக்க பயங்கரம்... இல்லை, கண்ணைத் திறக்க முடியவில்லை. கிர் கிர் என்று சூழன்றுக்கொண்டே புயல் காற்றாக கண் மூக்கில் சேர்ந்துவிடும் தறி மணல் கண்ணுக்குள் போய்விடக்கூடாது என்ற தவிப்பு, உடல் வலுவைக் குறைக்க தரதர என்று காலை இழுத்துக்கொண்டு நடந்தால் அவள்... கண்ணைக் கூச வைக்கும் சூரியனின் வெப்பத்திற்கு அனலாகக் கொதிக்கும் மணல்... அதன் உடலிலிருந்து, அங்கே அருகிலோ அல்லது தொலைவிலோ இங்கேதான் இங்கேயேதான் குபுகுபு என்று எழுந்த புழுக்களுடன், அங்கே தெரிவது என்ன... கறுப்புக் கால்களா, ஆமாம், அய்யோ, அதே அதேதான். கறுப்பு சிலந்தியின் கறுப்புக் கால்கள்...புசுபுசு.... புகுபுகு... வானுயரம் எழுந்து விழும் மணலுக்குள் புதைந்துபோன கால்களை எடுக்க நிறையக் கறுப்பு முடி.... ச்சீ... ச்சீ... த்தூ அசிங்கம்... பயங்கரம்... வானைத் தொடும் அளவிற்கு பெரிய சிலந்தி தன் கறுப்பு மீசையை நீட்டி நெற்றியிலிருந்து தாவும் சிகப்புக் கண்களை அகலமாக திறந்து இடைவிடாமல் சுற்றிக்கொண்டே தன்னை முறைத்தது... காதுகள் அடைக்கும் பயங்கர ஒலிக்கு எழ நெஞ்சம் படபடத்து தம்பட்டம் போல அடித்துக்கொண்டது. இங்கே... இங்கே... அருகில்... அருகில் ஆறெட்டுக் கால்களை வேகமாகத் தூக்கி வைக்கின்றன. அய்யோ.. அய்யோ ஓடவேண்டும், தான் இனி ஓடவேண்டும், ஓடட்டுமா? ஆனால் எங்கே.. எங்கே ஓடட்டும்? பின்னால் இருக்கிறது அந்தச் சிலந்தி... துரத்துகிறது... கறுப்புக் கால்களால் பிடித்து கழுத்தை நெறிக்கும்... வந்தது... வந்துவிட்டது...

யார் அங்கே? அங்கேதான் பின்னால், யார் அவர், நானா..? இல்லை அது மேடம் கோகிலா.

கையில் என்ன? அவள் கையில்? துப்பாக்கி. இல்லை... தடி... இல்லை... அது மல்லிகை மாலை. அதுபோல மல்லிகை மாலையை மேடம் கழுத்தில் போடுவது யார், ஆர்யன்!? இல்லை, என் கண்ணுக்கு என்னவாகி இருக்கிறது? மணல் போயிருக்கும் என்று நினைக்கிறேன். மல்லிகை அல்ல அது. விஷப் புட்டி. சிலந்திக்கு விஷம் வைக்கிறாளா? இருக்கலாம். விஷம் வைத்தால் அது இறந்துவிடுமா? வேண்டாம்... வேண்டாம்... நாம் இங்கே இருக்கக்கூடாது. நாம் இங்கே இருந்து

தப்பிவிடவேண்டும். ஆனால் எப்படி? எங்கே இருந்து? எங்கே இருக்கிறது வழி? "வாங்க மேடம் இங்கே இருந்து போகலாம். வாங்க வாங்க அய்யோ. மணல்... காற்றுக்கு கண்ணில் வந்து விழும். நம் கண் அழிந்துவிடும். பிறகு குருடாகி விடுவோம். ஓடுங்கள் ஓடுங்கள் மணல் பறக்கிறது. பறந்து வருகிறது."

உடம்பு, முகம், கண் முழுக்க நிறைந்து பரவிய காற்று மணலில் இருந்து எழுந்த சிலந்தி கடும் கறுப்பாக இருட்டில் பயங்கரமாக கத்திக்கொண்டே அவளை ஆக்கிரமிக்கும்போது... ஓ என்று கதறி சட்டென்று எழுகிறாள். மின்சாரம் இல்லாமல் தலை மேல் சத்தத்துடன் சுற்றிக்கொண்டிருந்த காற்றாடி நின்றுபோய் அதன் நீண்ட கை மீது சிலந்தி ஒன்று வழி தவறி வந்து அமர்ந்திருந்தது.

◆◆◆

வியூகம் இதழ் – ஸ்ரீலங்கா
நவம்பர் – 2021

ராகவேந்திர கசினீசா

2 மார்ச் 1933இல் தற்போதைய கர்நாடக மாநிலத்தின் பிஜாபுர் மாவட்டத்தின் இன்டி என்ற கிராமத்தில் பிறந்தவர். ஆங்கிலத்தில் முதுகலைப் பட்டமும் நூலக அறிவியலும் பயின்றவர். பல கல்லூரிகளில் சில காலம் விரிவுரையாளராகவும் நூலக அதிகாரியாகவும் பணியாற்றியவர். பெங்களூர் பல்கலைக்கழகத்தில் துணை நூலக அதிகாரியாக பணியாற்றி ஓய்வுபெற்றவர். பல சிறுகதைத் தொகுப்புகளும் கட்டுரைகளும் வெளியிட்டிருக்கிறார். கர்நாடக மாநில மற்றும் சாகித்ய அகாதமி விருதுகள் பெற்றவர்.

நான் கொன்ற பெண்

நீங்கள் இப்படி என்னிடம் வந்து அன்புடன் என் உடல்நலனை விசாரிப்பது உங்கள் நல்ல குணத்தைக் காட்டுகிறது, வக்கீல் சார்! அதற்காக நான் உங்களுக்கு நன்றி கூறிக்கொள்கிறேன். உங்கள் கேஸ் தோற்கும் என்று தெரிந்திருந்தாலும், கட்சிக்காரனின் வாக்குமூலம் ஏமாற்றமாக இருந்தாலும், அப்படியான துரதிருஷ்டமான கட்சிக்காரனின் விஷயத்தில் உங்களைப்போல யார் அக்கறை காட்டுவார்கள்? பாருங்கள்! உங்கள் மனதை சந்தோஷப்படுத்தவாவது உண்மை நிலவரத்திற்கு பதிலாக ஒரு நம்பிக்கையூட்டும் கதையைக் கட்டிச்சொல்ல என்னால் முடிந்தால் நன்றாக இருக்கும் என்று தோன்றுகிறது. ஆனால், வக்கீல் சார், அது என்னால் முடியாத காரியம், அதனால் நான் மறுபடியும் அன்று குல்கர்ணிக்குச் சொன்னதையே இன்று உங்களுக்கும் தவறாமல் சொல்கிறேன். குல்கர்ணியிடம் அன்று நான் சொன்ன ஒரு வார்த்தையால் அவர் நம்பிக்கை அதிகமாகவில்லை என்பது என்னமோ உண்மை! அது என் தவறல்ல. அதனால் நான் அவரைக் குற்றம் சொல்லவில்லை. இதை விடவும் அதிகமாக கோர்வையான கதையொன்றை புனைந்து கோர்ட் நம்பும்படி அவர் எனக்குக் கூறியதென்னமோ உண்மை; ஆனால் கோர்ட்டுக்கு அதனால் என்ன பலன்? பாருங்க! பொய்யைச் சொல்லிக்கொண்டே போனால், மனிதன் கோர்ட்டில் ஒருநாள் இல்லை ஒருநாள் சிக்கலில் மாட்டிக்கொள்வான். அதனால் கோர்ட்டில் பொய் சொல்வதில் என்ன அர்த்தம்? வக்கீல் சார், என் மீது

ஆணை நான் உண்மையைத்தான் சொல்கிறேன். நான் சுட்டது ஒரே ஒரு தோட்டா. அதுவும் பூனையைக் குறிவைத்து. ஆனால் வக்கீல் சார், இதென்ன வேடிக்கையான பேச்சு? பூனையைக் கொன்றதற்காக இன்று ஒரு மனிதனை தூக்கில் ஏற்றுகிறார்கள்.

நானும் ஃப்ரான்சிஸும் சின்ன வயதிலிருந்தே உயிர் நண்பர்களாக இருந்தோம். நான் இந்து, அவன் கிருஸ்துவன்; இந்த ஒரு விஷயத்தைத் தவிர நாங்கள் கூடப் பிறந்த சகோதரர்கள் போல இருந்தோம். கல்லூரிப் படிப்பு முடியும்வரை எங்கள் நட்பு வளர்ந்து வந்தது. பிறகு, வேலைக்காக வெவ்வேறு இடங்களுக்குப் போனதால், இருவரும் வெகு தொலைவாகி விட்டோம். எங்களுக்கு இடையே கடிதப் போக்குவரத்து இருந்தது. எப்போதாவது ஒருமுறை நாங்கள் ஊருக்கு வரும்போது, ஒருவரை ஒருவர் சந்தித்துக் கொள்வோம். இரண்டு ஆண்டுகளுக்கு முன் ஃப்ரான்சிஸ், தான் திருமணம் செய்துகொள்வதாக எழுதித் தெரிவித்தான். அவனுக்கு அப்போது நாற்பது வயதாகியிருந்தது. அவன் திருமணம் செய்து கொள்ளும் பெண் அவனைவிட பதினைந்து வயது சின்னவள். அதனால் எனக்கு கொஞ்சம் வியப்பாக இருந்தது. ஏனென்றால், நான், ஃப்ரான்ஸிஸ் இருவரும் கடைசிவரை திருமணம் செய்துகொள்ளாமல் இருப்போம் என்றே நான் எண்ணியிருந்தேன். இப்படி எதிர்பாராமல் அவன் தன் முடிவை மாற்றிக் கொண்டான் என்ற பிறகு, அவன் அந்தப் பெண்ணிடம் உண்மையாகவும் தன் மனதைப் பறிகொடுத்திருப்பான் என்று எனக்குத் தோன்றியது. வயது வித்தியாசத்தைத் தவிர மற்ற விஷயங்களில் அவர்கள் இருவரும் அன்னியோன்னியமாகவே இருந்தார்கள். ஏதோ ஒரு கிராமத்தில் அவனுக்கு அவளுடைய அறிமுகமானதாம். அவள் வாழ்க்கையில் என்றும் அந்த கிராமத்தை விட்டு வெளியே போனவள் அல்ல. அவளுடைய அப்பாவின் சுபாவமும் மிக அதிசயமாக இருந்தது. அவர் எப்போதும் மந்திரம் தந்திரம் என்று சந்நியாசியைப்போல தன் வாழ்க்கையை நடத்திக் கொண்டிருந்தார். அவர் மிகவும் ஏழையாக இருந்தார். பெண்ணின் திருமணம் முடிந்த சில நாட்களிலேயே அப்பா இறந்துபோனார்.

ஃபரான்ஸிஸ் சிவில் என்ஜினியரான செய்தியை நான் உங்களுக்குச் சொல்ல மறந்திருக்கலாம். திருமணம் ஆன அவன் ‘காண்டலா’ துறைமுகத்தில் சில மாதம் வேலையில் இருந்தான்.

அவன் மனைவிக்கும் அந்த மாற்றம் பிடித்திருக்கலாம். அவர்கள் இருவரும் அங்கே சுகமாக இருந்தார்கள் என்று, எனக்கு ஃப்ரான்ஸிசிடமிருந்து வரும் கடிதங்களால் தெரியவரும். சில கடிதங்களை ஃபரான்ஸிஸ் மிக மகிழ்ச்சியாகவே எழுதியிருந்தான். ஆனால் போகப்போக தன் மனைவியின் உடல்நிலையைப் பற்றி ஃபரான்ஸிஸ் சிறிது கவலைப்படுவதாகத் தெரிந்தது. பிறகு ஏனோ அந்த ஊர் அவளுக்கு ஒத்துக்கொள்ளவில்லையாம். அதனால் அங்கே வேலையை முடித்து எப்போது மறுபடி ஊருக்குத் திரும்புவோம் என்று ஃப்ரான்ஸிஸ் அவசரப்பட்டான். இருவரும் ஒருவர் மீது ஒருவர் நல்ல அன்பும், நம்பிக்கையும் வைத்திருந்ததால் அவர்கள் இருவரும் உண்மையில் சுகமாக இருந்தார்கள். இதில் எந்த சந்தேகமும் இல்லை வக்கீல் சார், மறுபடியும் இதைத் தெளிவாகச் சொல்கிறேன்.

இனி மீதிக் கதையை சுருக்கமாகச் சொல்ல வேண்டுமென்றால், போன மாதம் முதல் வாரம் ஃப்ரான்ஸிசின் கடிதம் வந்தது. அவன் இப்போது ‘கொயானா பிராஜெக்ட்’டுக்கு மற்றொரு வேலைக்கு வந்திருந்தான். நான் சில நாட்களாவது அங்கே வந்து போகவேண்டும் என்று அவன் விருப்பமாக இருந்தது. நாங்கள் இருவரும் அதிக நாட்களாக சந்திக்காமல் இருந்ததால், இயல்பாகவே நாங்கள் கூடிப் பேசவேண்டிய ஆயிரம் செய்திகள் இருந்தன. அதுமட்டுமல்ல, அவன் மனைவி லில்லிக்கு என்னை அறிமுகப்படுத்திக்கொள்ள மிக ஆர்வமாக இருக்கிறதாம். கொயானா நகரத்திலிருந்து சிறிது தொலைவிலிருக்கும் கிராமத்தில் ஒரு விடுதியில் அவர்கள் சில அறைகளை எடுத்திருந்தார்கள். அந்த இடம் அமைதியாக இருந்தாலும் நதிக்கு அருகாமையில் இருந்ததால் அழகாகவும் இருந்தது. எனக்கும் மும்பை சலிப்பாக இருந்தது. என்னிடம் அதிக நாட்கள் விடுமுறையும் இருந்தது. அதனால், நான் அன்று மாலையே புறப்படுவதாக ஃப்ரான்ஸிசுக்கு தந்தி கொடுத்தேன்; மாலை இரயிலைப் பிடித்தேன். நான் ஏறவேண்டிய முதல் வகுப்பில் அப்போதே மூன்று பேர் உட்காரந்திருந்தார்கள். இராணுவ அதிகாரி போலத்தெரிந்த பெரிய மனிதர் ஒருவரும், தன்னைச் சுற்றி பைகளையும் பிரம்புக் கூடைகளையும் பரப்பிக்கொண்டு உட்கார்ந்திருந்த ஒரு முதிய பார்சி பெண்மணியும் மேலும் ஒரு பெண், நான்காவதாக நான். பயணம் இனிமையாக இருக்கும் என்று தோன்றியது.

ஆனால் அந்த சுகம் என் தலையில் எழுதவில்லை. ஆரம்பத்தில் எல்லாம் இனிமையாக இருந்தது. நான் இரண்டு மணி நேரம் உறங்கி எழுந்தபோது, அந்த இராணுவ அதிகாரி இடையில் எங்கேயோ இறங்கிப் போயிருந்தார். இப்போது முழு பெட்டியிலும் நாங்கள் மூன்றே பேர்தான் இருந்தோம். அவர்கள் இருவரும் பெண்கள், நான் ஒருவன். நான் பெட்டியின் ஒரு மூலையில் மீளப் படுக்க முயன்றேன். ஆனால் எனக்கு பயமாக இருந்தது. அந்தப் பெட்டியில் எங்கேயோ ஒரு பூனை இருக்கிறது என்ற விபரீதமான எண்ணம் என் உடலில் பரவத் தொடங்கியது. பூனையைக் கண்டால் சிலர் பயப்படுவார்கள் என்று நீங்கள் கேட்டிருக்கலாம். அப்படிப்பட்டவர்களில் நானும் ஒருவன். உலகத்தின் எந்த விபத்தையும் நான் எளிதாகத் தூங்கிக் கடந்துவிடுவேன், ஆனால் ஒரு பூனை இருக்கும் அறையில் நான் பயமில்லாமல் உட்கார முடியாது. என்ன, என் பேச்சில் உங்களுக்கு நம்பிக்கை இல்லையா? இப்படி நடந்துகொள்வது உங்களுக்கு அதிசயம் என்றாலும் நடக்க முடியாததல்ல, வக்கீல் சார்! என்னைப்போல மக்களைத் தேடினால் உங்களுக்கு நூற்றுக்கும் மேல் கிடைக்கலாம். இதுபோல இரண்டு பொருட்களுக்கு இடையே நிராகரிப்பு பரஸ்பரமானதென்று நான் எங்கேயோ படித்தது உண்மை! ஆனால் என்னைப் பொறுத்தவரை இது எதிர்மறையாக உள்ளது. பூனைகளைப் பற்றி எனக்கு அலட்சியம் இருந்தாலும், அந்த துஷ்டப் பிராணிக்கு என்னைக் கண்டால் மிகவும் அன்பு. நான் எங்கேயாவது மெய்மறந்து உட்கார்ந்திருந்தால், அவை என் காலை தேனிகளைப்போல முற்றிக்கொள்ளும். அப்போதே சொன்னதுபோல இது உங்களுக்கு அதிசயம் என்று தோன்றினாலும் நடக்க முடியாதது அல்ல.

பிறகு எனக்கு பயம் அதிகமாகத் தொடங்கியது. அந்த பார்சி கிழவி பரப்பி வைத்திருக்கும் கூடைகளில் ஏதோ ஒன்றில் பூனை இருக்கலாம் என்ற எண்ணம் உறுதியானது. ஓடிக்கொண்டிருக்கும் இரயில் சன்னல் வழியாக அந்தப் பூனையை வெளியே வீசி எறி என்று அந்தக் கிழவியிடம் சொல்லட்டுமா என்று நினைத்தேன். அல்லது அடுத்த நிலையத்தில் கார்டிடம் சொல்லி, அதை வெளியே எடுத்துச் செல்லச் சொல்லட்டுமா என்ற யோசனையும் வந்தது. ஆனால் அப்படிச் செய்வது முட்டாள்தனமான செயலாகலாம் என்று நான் சும்மா இருந்தேன். அதுமட்டுமல்ல, அந்தக் கிழவி தன்பாட்டிற்கு இருந்தாள்; அந்தப் பூனையும் எனக்கு எந்த சிரமத்தையும் கொடுக்கவில்லை. நான் இப்படி

பயந்தாங்கொள்ளியாக இருந்தால் அந்தக் கிழவியுடையது என்ன தவறு? பயத்திலிருந்து மனதை திசை திருப்ப அந்தப் பெண்ணைப் பார்த்துக்கொண்டே வந்தேன்.

ஒருமுறை பார்த்தால் மறுபடியும் பார்க்க வேண்டும் என்ற ஆசையைத் தூண்டும் அழகு அவளுடையது. பால் போல இருந்த அவள் உடல் நிறம், தூய்மையிலும், மென்மையிலும் உங்களுக்கு மல்லிகைப் பூவின் நினைவைக் கொண்டுவரும். அவளுடைய போதைக் கண்கள் யாரையும் மயங்கச் செய்துவிடும். அப்படி வசியம் செய்யும் கண்களை என் வாழ்க்கையில் பார்த்ததே இல்லை. வக்கீல் சார், இந்த வர்ணனைகளால் நான் அவளிடம் மயங்கிவிட்டேன் என்று மட்டும் நினைத்துவிட வேண்டாம். என்னை கவரும் அழகு உண்மையாகவும் அவளுடையதாக இல்லை. அவள் சாதாரண பெண்களைவிட மிகவும் மாறுபட்டவளாக இருந்ததுதான் என் பாராட்டுக்குக் காரணம். ஆனால் என்ன செய்தாலும் எனக்கு அந்த பூனையின் பயம் போகவில்லை. அதனால் உட்கார்ந்த இடத்தை விட்டு கதவுக்கு அருகே போய் நின்றேன். அடுத்த நிகழ்வுகள் எல்லாம் இதை சார்ந்திருக்கிறது என்று நான் உங்களுக்கு இதை விவரமாகச் சொல்கிறேன். வக்கீல் சார், பூனை என்றால் நான் எப்படி பயந்து சாவேன் என்பதை நீங்கள் உணர்ந்தால் மட்டுமே, நான் பிறகு அதற்காக துப்பாக்கியை வாங்கும் சாகசத்தை எதற்காக செய்தேன் என்பதும் உங்களுக்குப் புரியும்.

அதற்குள் 'கராடா' இரயில் நிலையம் வந்தது. ஃப்ரான்ஸிஸ் பிளாட்ஃபாரத்தில் எனக்காகக் காத்திருந்தான். அந்தப் பெண்ணும் என்னுடன் இறங்கினாள். அப்பா, கடவுளே தப்பித்தேன் என்று தோன்றியது. ஏனென்றால் கூடவே பூனை வைத்திருந்த பார்சி பெண் இறங்கவில்லை. நாங்கள் இருவரும் இறங்கும் போதே ஃப்ரான்ஸிஸ் எங்களை நோக்கி ஓடி வந்தான்.

"அட, இதென்ன? ஒருவரை ஒருவர் இரயிலில் அப்போதே அறிமுகப் படுத்திக்கொண்டது போலத் தெரிகிறதே" என்று ஃப்ரான்ஸிஸ் சொல்ல எனக்குத் தெரிந்தது, அவள்தான் அவன் மனைவி 'லில்லி'யாக இருக்கலாம் என்று. மறுபடியும் அறிமுகமானது. "நீங்கள் இங்கே வந்ததற்காக மகிழ்ச்சி" போன்ற பேச்சுக்கள். ஆனால் அவள் அன்று மும்பைக்கு எதற்காகப் போயிருந்தாள் என்று நான் ஃப்ரான்ஸிசைக் கேட்கவில்லை,

அவனும் சொல்லவில்லை. இருவர் பார்வையிலும் அதற்கு சிறப்பான மகத்துவம் இருக்கவில்லை. அவளுடைய கவர்ச்சியான நடை-பாவம், அவளுடைய உன்மத்தமான மெல்லிய குரல் என்னைக்கூட அசரவைத்தது. அப்போது எனக்குப் புரிந்தது; ஃப்ரான்ஸிஸ் அவளுக்காக இப்படி ஏன் பைத்தியமாக இருக்கிறான் என்பது.

நாங்கள் காரில் அமர்ந்தோம்; லில்லி பின் அமர்க்கையில், நாங்கள் இருவரும் முன்னால். காரின் இரண்டு சன்னல்கள் வழியாக நுழைந்து வரும் தூய்மையான காற்று எனக்கு இரயிலில் ஏற்பட்ட அலுப்பைப் போக்கியது. ஃப்ரான்ஸிஸ் சொன்னான், அந்த இடம் அவர்கள் இருவருக்கும் பிடித்திருக்கிறதாம். லில்லிக்கு அதனால் புதிய தெம்பு வந்திருக்கிறது-போன்றவை. தானும் இதனால் நலமாக இருக்கிறேன் என்றான். ஆனால் எனக்கு ஏனோ அவன் மிகவும் தளர்ந்து போனது போல இருந்தான்.

நீங்களும் இந்த விடுதியை பாராட்டலாம். வக்கீல் சார், பவ்வியமான அந்தக் கட்டடம் பழங்காலத்துப் பாளையக்காரர்களின் சிறிய அரண்மனையாம். அதன் முன் விசாலமான தோட்டம் இருந்தது. கோட்டை மதில் போல இருந்த உயரமான சுவர் அந்த பரவலான நிலத்தைச் சுற்றி நின்றிருந்தது. நாங்கள் அதை அடைந்தபோது மாலையாகி இருந்தது. எல்லோரும் சாப்பிட்டோம். லில்லிக்கு மிகவும் சோர்வாக இருந்ததால், அவள் உறங்க தன் அறைக்குச் சென்றாள். நானும் ஃப்ரான்ஸிசும் கிராமத்தைச் சுற்றி வரலாம் என்று புறப்பட்டோம். அந்த கிராமம் நாங்கள் இருந்த இடத்திலிருந்து சிறிது தொலைவில் இருந்தது. அது மிகவும் சிறியது. இரவு பத்து என்பதற்குள் ஊர் விளக்கெல்லாம் அணைந்து போயிருந்தன. தென்னங் கீற்றால் வேய்ந்த சிறு வீடுகள். அவற்றில் இருந்த விசாலமான சன்னல்கள் இரவெல்லாம் காற்றுக்கு தென்னங் கீற்றுக்கள் 'பரபர' சத்தத்துடன் அசைந்து ஆடும்போது, அந்த இடமெல்லாம் பூனை தூக்கத்தில் உடம்பைக் குலுக்கியது போலத் தோன்றியது.

நாங்கள் திரும்பி வந்தபோது விடுதியின் முதலாளி கடையை மூடிக்கொண்டிருந்தார். அவர் முகம் மொத்தத்தில் நிர்விகாரமாகவும், உணர்ச்சியற்றும் இருந்தது. எனக்கு அவன் செதுக்கிய சிலைபோலக் கண்டான். மிகவும் சோர்ந்து ஒல்லியாக இருந்த அவன் மனைவி, கணவனின் அதிகார

மிரட்டலுக்கு அடங்கி துயரமாகக் கண்டாள். ஆனால் பிறகு அனுபவத்தால் தெரிந்தது, அவள்தான் தன் கணவன் மீது அதிகாரம் செலுத்துகிறாள் என்று. கணவன் அவள் முன் வாய் திறக்கக்கூட பயந்தான்.

அவர் எனக்குக் கொடுத்த படுக்கை அறை சுத்தமாக இருந்தது. கூரைவரை இருந்த விசாலமான சன்னல் வழியாக வெளியே தோட்டம் எல்லாம் தெரிந்தது. அப்போது நான் மிகவும் சோர்ந்துபோய் இருந்ததால், லாவண்டர் தெளித்த அந்த விரிப்பின் மீது என் முதுகு சாய்ந்த உடன், எனக்கு ஆழ்ந்த தூக்கம். ஆனால் நடு இரவில் எனக்கு திடீர் என்று விழிப்பு வந்தது. மிகவும் வெக்கையாக இருந்ததால் போர்த்தியிருந்த கம்பளியை விலக்கி குளிர் காற்றுக்கு ஆசைப்பட்டு நான் அந்த சன்னல் அருகே போனேன். தோட்டம் முழுவதும் முழுநிலா பரவி இருந்தது. நான் பார்த்துக்கொண்டிருக்க எதிரே வளர்ந்திருந்த புல் மீது ஏதோ சுருண்டு கிடந்ததுபோல, அடிக்கடி அங்கேயும் இங்கேயும் தாவியதுபோலத் தெரிந்தது. நான் அது என்னவாக இருக்கும் என்று திரும்பத் திரும்ப கண் திறந்து பார்த்தேன். அவை இரண்டு குட்டிப் பூனைகள். அவை வெகு தொலைவில் இருந்ததால் அப்போது எனக்கு பயமாக இருக்கவில்லை. ஒன்றன் மீது ஒன்று புரண்டுகொண்டு திரும்பத் திரும்பத் தாவித் தூர விலகி, புல் மீது விழும் தங்கள் நிழலை மீள மீள துரத்திக்கொண்டு, ஏதோ இரகசியமான காரியத்தில் அவை ஈடுபட்டிருந்தன. எனக்கு அது ஒரு பண்பாட்டு நடனம் போலத் தெரிந்தது. பிறகு ஏதோ ஒரு விலங்கு திடீர் என்று வந்து அவற்றை பயமுறுத்தியது போலத் தெரிந்தது. ஏனென்றால் அவை உடனே அங்கே இருந்து தெறித்து ஓடின.

நான் படுக்கைக்குத் திரும்பினேன். எனக்குத் தூக்கம் வரவில்லை. என் உடம்பின் வலுவெல்லாம் அடங்கிப்போனதுபோல இருந்தது. சன்னலுக்குக் கீழே பக்கத்திலேயே வளர்ந்த உயரமான பூச்செடியிலிருந்து வரும் ‘கரகர’ சத்தத்தை கேட்டுக்கொண்டே, சன்னலைப் பார்த்துக்கொண்டே நான் படுத்துக்கொண்டேன். நடுவில் திடீர் என்று ஏதோ பாய்ந்து வந்து தொப் என்று சன்னல் மீது விழுந்ததுபோலத் தெரிந்தது. அகலமாக கண் திறந்து பார்த்தேன், ஒரு பெரிய கறுப்புப் பூனை அங்கே நின்றிருந்தது! அப்படி ஒரு பயங்கரமான பூனையை நான் இதுவரை என்றும் பார்த்ததில்லை. அது நிமிர்ந்து நின்று, தலையை ஒரு பக்கமாகத்

திருப்பி, அறையை முழுதுமாக பார்த்துக்கொண்டே, தன் காதை சன்னல் கம்பிகளில் மெல்ல உரசுவதில் முனைந்திருந்தது. எனக்கு அச்சமாக இருந்தது. இயலாமையால் படுத்த இடத்திலிருந்தே உஷ் உஷ் என்று அந்தப் பூனையை விரட்ட முயன்றேன். அது எந்த ஓசையையும் எழுப்பாமல் சன்னலிலிருந்து தாவிப் போனது. புழுக்கமாக இருந்தாலும் பரவாயில்லை என்று, அந்த பூனையின் பயத்தால் சன்னலை இறுக்கமாக சாத்திவிட்டேன். கீழே தொலைவில் செடியிலிருந்து 'மியாவ், மியாவ்' என்ற ஒலி மந்தமாகக் கேட்டது. பிறகு எல்லாம் அமைதியானது. இது நடந்த பின் நான் நேராகப் படுக்கப் போனேன்.

மறுநாள் ஃப்ரான்ஸிஸ் தான் கட்டுமானம் செய்யும் அணையைக் காட்ட எங்கள் இருவரையும் தன் காரில் அழைத்துச் சென்றான். அங்கே அந்த நாள் நரம்புத் தளர்ச்சியால் அவதிப்படுவதுபோல எனக்குத் தோன்றியது. நதி நீரைத் தடுத்து, அதன் உதவியால் அங்கே மின்சார மையத்தை நிறுவி இருந்தார்கள். அதைக் காட்ட ஃப்ரான்ஸிஸ், எங்கள் இருவரையும் தற்காலிகமாகப் அமைத்திருந்த மரப்பலகை பாலத்தின் மீது அழைத்துச் சென்றான். வெறும் பலகைகளாக இருந்தாலும் அந்தப் பாலம் பயங்கரமாக இருக்கவில்லை. ஆனால் லில்லி வர சம்மதிக்கவில்லை. அது மட்டுமல்ல, ஃப்ரான்ஸிஸ் கோபத்தில் அவளை வர வற்புறுத்தியபோது அவள் பைத்தியம் போல ஆடினாள். வழியில்லாமல் நாங்கள் இருவர் மட்டுமே போய் வந்தோம். நாங்கள் போய்த் திரும்புவதற்குள் லில்லி நடந்ததை எல்லாம் மறந்து முன் போலவே இருந்தாள். தான் சில நொடிக்கு முன் முட்டாள்தனமாக நடந்துகொண்டதற்கு எங்களிடம் மன்னிப்புக் கேட்டாள். ஃப்ரான்ஸிஸ் அவமானம் அடைந்தவன் போலத் தெரிந்தான். எனக்கும் அந்த நிகழ்வு சிறிது அதிகமாகவே உலுக்கியது. இது நடந்த பிறகு, அவளாகவே ஒருமுறை என்னிடம் சொன்னாள்: தான் சிறுமியாக இருந்தபோது ஒருமுறை நதியில் விழுந்து மூழ்கி விட்டாளாம்; அப்போது யாரோ காப்பாற்றினார்களாம். அன்றிலிருந்து இன்றுவரை தனக்கு பாயும் நீரைக் கண்டால் உயிர் போகும் பயம் என்று. இந்த ஒரு சிறிய நிகழ்வைத் தவிர, நான் என்றும் அவர்கள் இருவரும் ஒருவர் மீது ஒருவர் கோபப்படுவதையாகட்டும் அல்லது வெறுப்பைக் காட்டியதையாகட்டும் பார்த்ததில்லை. ஃப்ரான்ஸிஸ் வேலை நிமித்தமாக நாள் முழுவதையும் வெளியே கழிப்பான். அதனால் நான் அவளுக்குத் துணையாக இருக்க வேண்டியதானது. லில்லி

சில நேரம் என்னை காரில் வெகு தூரம் அழைத்துச் செல்வாள். என்ஜின் ஒலியைக் கேட்டுக்கொண்டே, சன்னல் வழியாக வரும் காற்றுக்கு அரைத் தூக்கத்துடன், மணிக் கணக்காக நான் சும்மாவே உட்காரந்திருப்பேன். முன்னால் சுழன்று செல்லும் சாலையைக் கூர்ந்து பார்த்துக்கொண்டே, வெறுமைப் பார்வையில் லில்லி வெகு நேரம் கார் ஓட்டிக்கொண்டே இருப்பாள். அந்தப் பகுதியைச் சுற்றி இருக்கும் இடங்களை எல்லாம் நாங்கள் சுற்றித்திறிந்தோம்.

மொத்தத்தில் நான் அவர்களுடன் ஒரு வாரத்தை இனிமையாகக் கழித்தேன். பூனைகளின் தொல்லையொன்று இல்லாமல் இருந்தால், நான் தங்கி இருந்தது மேலும் சுகமாக இருந்திருக்கும். ஒவ்வொரு இரவும் அந்தத் தோட்டத்தில் அவை பூதங்கள் போல அலைந்தன. நான் முதல் இரவு பார்த்த அந்தப் பெரிய கறுப்புப் பூனை, மற்றொரு சாம்பல் நிறப் பூனை, மற்றும் மிகவும் உக்கிரமாக நாறும் சாம்பலும் பழுப்பு நிறமும் கலந்த பூனை, இவை எனக்குத் தென்படாத இரவுகள் இருக்கவில்லை. இவை போதாதென்று ஒரு இரவு பயங்கரமாகத் தெரியும் சுத்த வெள்ளை நிறத்துப் பூனையொன்று, மணிக்கணக்காக ஒரேடியாக என் சன்னல் அருகே மியாவ் என்று கத்திக்கொண்டே நின்றிருந்தது. அந்தப் பூனைகளை விரட்ட நான் படாத பாடுபட்டேன். அங்கிருந்த பூட், புத்தகம், நோட் புத்தகம்.... ஒவ்வொன்றாக அவற்றின் மீது வீசினேன். இவ்வளவு செய்தாலும் அவற்றில் ஒரு பூனையும் அங்கிருந்து நகரவில்லை. அந்தத் தோட்டம் முழுவதையும் அவை தங்கள் ஓய்வு இடமாக ஆக்கிக்கொள்ள முடிவு செய்தனபோலத் தெரிந்தது. அந்தப் பூனைகளின் தொல்லை நாளுக்கு நாள் அதிகமானது. ஒரு இரவு பதினைந்து இருபது பூனைகள் பின்பகுதியில் வட்டமாக உட்கார்ந்திருக்க, அந்தப் பெரிய கறும் பூனை அந்த வட்டத்துக்குள் ஒருமுறையும், வெளியே ஒருமுறையும் நடனமாடிக்கொண்டு அந்த பூனைகளைச் சுற்றி சுற்றி வந்ததை நான் பார்த்திருக்கிறேன். நான் ஒவ்வொரு இரவும் சன்னலை தவறாமல் மூடவேண்டும். ஏன் என்றால் இப்போது அந்த கறுப்புப் பூனைக்கு செடி மீதிருந்து சன்னலுக்குள் தாவி என் அறைக்குள் வருவது வழக்கமாகி விட்டது. பிறகு நான் அறைக் கதவையும் கூட சாத்திக்கொள்ள பழகவேண்டியதானது. ஒருமுறை நான் எதையோ எடுக்க கதவை அப்படியே திறந்து விட்டு வெளியே போனேன். திரும்பி வருவதற்குள் அந்தக் கறுப்புப் பூனை கால் நகத்தால் ‘கர்கர்’ என்று கட்டிலைக்

கீறிக்கொண்டு, கண் மூடிக்கொண்டு என் படுக்கை மீது சுகமாக சமாதியில் சாய்ந்திருந்தது. நான் கோபத்தால் அதை அடித்தேன். அது என்னை 'துறுதுறு' என்று பார்த்து, வெறுப்பாக என் பக்கம் துப்பி, சன்னல் வழியாகத் தாவி இருட்டில் மறைந்தது.

நான் இதைப் பற்றி முதலாளியின் மனைவியிடம் கேட்க, அவள், "நாங்கள் ஹோட்டலில் பூனைகளை வளர்க்கவில்லை" என்று தெளிவாகச் சொல்லிவிட்டாள். எனக்கும் அவள் சொன்னது உண்மை என்றே பட்டது. ஏனென்றால், நானும் பகலில் ஒரு பூனையைக் கூட பார்த்ததில்லை. ஒருநாள் மாலை மங்கலான இருட்டில் முதலாளியை 'அவுட் ஹவுஸ்' பக்கம் தடுத்து நிறுத்தினேன். நான் அன்றொரு நாள் பார்த்த வெள்ளைப் பூனை அவன் தோள் மீது இருந்தது. அவன் அதற்கு தன் கையால் மாமிசம் ஊட்டிக்கொண்டிருந்தான். 'பூனைகளின் தொல்லை அதிகமாகிவிட்டது, எப்படியாவது நீங்கள் அதைத் தடுக்கவேண்டும்" என்று நான் அவனிடம் சொன்னேன். அந்த அறையில் இரவு நேரம் அவற்றின் அட்டகாசம் அதிகமாக இருப்பதால் எனக்கு வேறொரு அறையைக் கொடுக்க அவனிடம் சொன்னேன். அவன் என்னை திறுதிறு என்று பார்த்துக்கொண்டே, "மனைவியைக் கேட்டுப் பார்க்கிறேன்" என்று முணங்கினான். பிறகு அந்த விஷயம் அத்துடன் நின்றுபோனது. அப்போது கொடுக்க எந்த அறையும் காலியாக இருக்கவில்லை.

நல்லது, வக்கீல் சார், சும்மா கதையை வளர்க்காமல் உங்கள் விருப்பப்படி நேரடியாக விஷயத்திற்கு வருகிறேன். என் மீது சத்தியம் நான் எந்த செய்தியையும் உங்களிடம் இருந்து மறைக்கமாட்டேன். லில்லியுடன் இருந்த என் உறவு மிகச் சாதாரணமானது. அங்கே எந்த சந்தேகத்திற்கும் இடமில்லை என்று உங்களிடம் தெளிவாகச் சொல்கிறேன். நான் அதிக நேரம் அவளுடன் கழித்தேன் என்பது உண்மை; ஆனால் நான் இதற்கு முன் சொன்னதுபோல; ஃப்ரான்ஸிஸ் நாள் முழுதும் வெளியே இருப்பதால் நான் அப்படி செய்வது கட்டாயமானது. தினமும் நாங்கள் இருவரும் தனியாக இருப்பதால், நேரத்தைப் போக்க ஒருவரை ஒருவர் மகிழ்ச்சிப்படுத்துவது அவசியமானது. என் சகவாசம் அவளுக்கு பிடித்துப்போனது என்று தோன்றியது. என்னாலும் அவளை நிராகரிக்க முடியவில்லை. அப்போது நாங்கள் இருவரும் என்னென்ன பேசிக்கொண்டோம் என்று என்னால் சொல்லமுடியாது. நாங்கள் எந்த குறிப்பிட்ட

விஷயத்தைப் பற்றியும் பேசவில்லை. சும்மா, பொழுதைக் கழிக்க பேசினோம். அவள் பேசும் இயல்புடையவளல்ல. அவள் பல சமயம், மணிக்கணக்காக பேசாமல் வெளியே சூரிய வெளிச்சத்திற்கு உடம்பைக் காட்டி, பூனையைப்போல வெயிலில் காயவைத்துப் படுத்துக்கொள்வாள். சில நேரம் மதியம் முழுவதும் தனக்குத் தானே சிறிய கற்களுடனோ அல்லது செடிகளின் கிளைகளுடனோ விளையாடிக்கொண்டு, தனக்குள்ளேயே மகிழ்ச்சியடைவாள். வாழ்க்கையில் நிறைவடைந்த ஜீவன் அவள் என்று நினைக்கிறீர்களா? ச்சே, எனக்கு அப்படித் தோன்றவில்லை. ஏதோ ஊமை வேதனை இரவும் பகலும் அவளை வாட்டுவதுபோல எனக்குத் தோன்றியது. மாலை ஃப்ரான்ஸிஸ் வந்தவுடன், அப்போது சில நிமிடம் பேசிவிட்டு, பிறகு அவள் தன் அறைக்குச் சென்றுவிடுவாள். இருட்டிய பிறகும் வெகு நேரம் நானும் ஃப்ரான்ஸிஸ் இருவர் மட்டுமே அரட்டை அடித்துக்கொண்டு தோட்டத்தில் உட்கார்ந்திருப்போம்.

இனி என்னிடம் இருந்த அந்த ரிவால்வாரைப் பற்றி; ஆம், நான் அதை ஒரு வாரத்திற்கு முன்பு தான் பக்கத்து ஊரில் வாங்கி இருந்தேன். நானும் லில்லியும் அன்று விடிகாலையில் காரில் அங்கே போயிருந்தோம். அவள் கணவனுக்காக சில பொருட்களை வாங்க வேண்டி இருந்தது. அவள் வியாபாரம் நடக்கும் போது நான் அங்கே சும்மா எதற்கு நிற்பது என்று பக்கத்தில் இருந்த 'பழைய சாமான்கள் கடை'யைச் சுற்றிப் பார்க்கலாம் என்று புறப்பட்டேன். எனக்கு, சின்னப் பையன்கள் குருவி சுடும் விளையாட்டு 'ஏர் கன்' வாங்கும் எண்ணம் இருந்தது. ஆனால் கடைக்காரன் எனக்கு இந்தத் துப்பாக்கியைக் காட்டினான். இதை நீங்கள் பார்த்திருக்கிறீர்கள். இது பார்க்க ஏர் கன்னை விடவும் சிறியதாக இருந்தாலும், இதன் அடி மரணமடையச் செய்யும். எனக்கு இந்த ரிவால்வாரை விற்ற அந்தக் கிழவனுக்கு தோட்டாக்களைப் பற்றி அதிகமாகத் தெரிந்திருப்பதாகத் தெரியவில்லை. யாரோ அவனிடம் இதை இரகசியமாக 'அடகு வைத்து' போயிருந்தாராம், அதில் பத்து தோட்டாக்கள் இருக்கின்றன என்று கிழவன் மெல்ல என்னிடம் சொன்னான். 'லைசன்ஸ்' இல்லாத திருட்டு வியாபாரம் என்பதால், கிழவன் என்னிடம் கொடுக்க மிகவும் தயங்கினான். எனக்கு அதை பயன்படுத்த நன்றாகத் தெரியும் என்று அவனுக்குப் புரிய வைத்தேன். "நீ ஒன்றும் பயப்படத் தேவையில்லை ஐயா! எனக்கு மனிதர்களைக் கொல்லும் எண்ணமில்லை. அதிகம்

என்றால் ஓரிரு பூனைகளைக் கொல்லலாம். அவ்வளவுதான்" என்று நான் சிரித்துக்கொண்டே அவனிடம் சொன்னேன். கிழவன் பயந்து நடுங்கினான். "நீங்கள் இருப்பது எங்கே?" என்று வாய் பிளந்து கேட்டான். நான் அவனுக்கு அந்த கிராமத்துப் பெயரைச் சொன்னேன். கிழவனுக்கு அந்த கிராமத்துப் பூனைகளைப் பற்றி அதிகம் தெரிந்திருகக்கும் போல. அவன் பய-பக்தியுடன் என்னிடம் விளக்கமாகச் சொன்னான்: "ஐயா, அங்கே கொஞ்சம் எச்சரிக்கையாக இருங்கள். அந்த ஊரில் இருப்பவர்களுக்கு பூனை என்றால் உயிர். அவற்றைக் கொல்வது மிகவும் அசுபம் என்று அவர்கள் நினைக்கிறார்கள்." அதனாலும் கிழவன் என்னை மேலும் சந்தேகப் பார்வையில் பார்க்கத் தொடங்கினான். அதுமட்டுமல்ல ரிவால்வாரைக் கொடுக்கமாட்டேன் என்றுவிட்டான். அவனை தாஜா செய்து, அதன் பயனைப் பற்றி அவனுக்கு உறுதியளித்து வாங்க போதும் போதுமானது. கிழவன் கடை வாசலுக்கு வந்து, நான் கண் மறையும்வரை நின்று பார்த்துக் கொண்டிருந்தான்.

அந்த நாள் இரவு இடியும், மின்னலும் அதிகமாக இருந்தது. மாலைவரை வெயிலின் கடுமைக்கு நிலமெல்லாம் காய்ந்திருந்ததால், எங்களுக்கு சங்கடமாக இருந்தது. ஃப்ரான்ஸிஸ் அந்தப் புழுக்கத்தை மனதார சபித்துக்கொண்டிருந்தான். லில்லி ஒரு அதிசய தியான சமாதியில் அமர்ந்திருந்தாள். இடி, மின்னல் சிலருடைய உடல் நலனுக்கு ஒத்துக்கொள்ளாது என்பார்கள். அது உண்மை. எனக்கும் உடம்பு சரியில்லை. போதாதற்கு மறுபடியும் அந்த விடுதிப் பூனைகளால் நிறைந்திருப்பதாகத் தோன்றியது. என் கண்ணுக்கு அவை விழவில்லை, உண்மை. ஆனால் கண்டிப்பாக அவை அங்கே இருந்தன. அலமாரிக்குப் பின்னால், கட்டிலுக்குக் கீழே, மேசைக்குப் பின்னால், இப்படிப் பார்க்கும் இடங்களில் எல்லாம் அவை நிசப்தமாக சுற்றுவதுபோல எனக்குத் தோன்றியது. வெக்கை பொறுக்க முடியாமல் இருந்ததால், நான் வழியில்லாமல் சன்னலைத் திறந்து உட்கார்ந்துகொண்டேன். வெளியே இருட்டு கறுமையாகப் பரவி இருந்தது. அடர்த்தியாக விழுந்திருந்த அந்த காரிருளில் செடிகள் கரைந்துபோனதுபோல இருந்தன. புதரில் மறுபடியும் 'கரகர' சத்தம் தொடங்கியது. இலைகள் 'சரக் சரக்' என்று அசைந்தன. சுமார் பதினொரு மணிக்கு புதரிலிருந்து பூனையொன்று தாவி வந்து புற்கள் மீது நடனம் ஆடுவது போல சுழன்று "ஓ" என்று பயங்கரமாக அழுதது. பிறகு மெல்ல ஒவ்வொரு பூனையாக அந்த குழுவில் சேர்ந்தன. அவற்றின் எண்ணிக்கை ஐம்பதையும்

தாண்டி இருக்கலாம். எனக்கு பயத்தால் உடம்பில் இரத்தம் உறைந்துபோனது போலானது. அந்தக் கும்மிருட்டில் என் காலுக்குக் கீழே ஒரு பூனை மெல்ல வயிற்றை சுமந்துகொண்டு வந்ததுபோல இருந்தது. கீழே பார்க்காமல் அதிர்ச்சியால் முகத்தை மேலே தூக்கினேன். பார்த்தால், என் முன்னால் அந்த பயங்கரமான கறும் பூனை நின்றிருந்தது! சன்னலில் என் முகத்திற்கு நெருக்கமாக தன் முகத்தை கொண்டுவந்து அந்தப் பூனை நின்றிருந்தது. அதன் கொடூரமான கண்கள் பச்சை விளக்கைப் போல அந்த அடர்ந்த இருட்டில் ஒளிர்ந்தன. நான் அலறி அடித்துக்கொண்டு, 'உஷ், உஷ்' என்று பயந்து கத்தினேன். 'ஓ' என்று அழும் குரலெடுத்து அந்தப் பூனை சன்னலுக்கு வெளியே தாவியது. பிறகு நூறு பூனைகளின் கூட்டு அழுகைக் குரல் அந்தத் தோட்டத்தில் ஒன்றாக எதிரொலித்தது. திடீர் என்று அந்தக் குரல் நின்று எல்லாம் மயானமானது. நான் இதை எல்லாம் பார்த்துக்கொண்டு வாயடைந்து உட்கார்ந்திருந்தேன். அதற்குள் தொலைவில் எங்கேயோ இருந்து நீல ஒளி, Search Light- லிருந்து வரும் வெளிச்சத்தைப் போல பாய்ந்து வந்து, அந்தத் தோட்டத்தில் ஒரு நொடி விழுந்து அணைந்துபோனது. மின்னலைப்போல வீசிப்போன அந்த ஒளியை நான் வெளியே பார்த்தபோது, அந்தத் தோட்டத்தை சுற்றி நீளமாக இருந்த மதில் சுவர் மீது, அதன் நுனிவரை ஆயிரக்கணக்கான பூனைகள் வரிசையாக அமர்ந்திருந்தன. அணைந்த நீல ஒளி மறுபடியும் மின்னியது. அதற்குள் சுவர் மீது உட்கார்ந்திருந்த எண்ணிக்கையற்ற பூனைகள் திடீர் என்று மறைந்து போயின!

இரவு இரண்டு மணிக்கு மழை வந்தது. வானத்தில் தனியாக மின்னிய மின்னலைப் பார்த்து, பிரளய ஒலியாக அலறும் இடியின் கர்ஜனையைக் கேட்டுக்கொண்டே நான் விழித்தே இருந்தேன். காற்று பைத்தியமாக குதித்தது. வெயிலுக்குக் காய்ந்து இரும்பாகிப் போன நிலத்தின் மீது 'தோ தோ' என்று விடாமல் விழும் அடைமழை, எஃகுக் கம்பிகள் போல விழுந்து அதிக ஓசை எழுப்பின. சர்ரென்று வீசிய புயல் காற்றின் வீச்சு மழை நீரை கொண்டுவந்து என் முகத்தில் அடித்தது. நாள் முழுதும் வெப்பத்தில் காய்ந்துபோன தலையை நனைக்க நான் வெளியே எட்டிப் பார்த்தேன். அப்போது பக்கத்து அறை சன்னல் உடனே மூடிக்கொண்டது. பிறகு இடி மின்னல் குறைந்து வெளியே தண்ணீர் ஓடும் சத்தம் மட்டுமே விடாமல் கேட்டது.

அப்போது யாரோ கதவைத் தட்டும் சத்தம் கேட்டது. போய், நான் கதவைத் திறந்தேன். அங்கே ஃப்ரான்ஸிஸ் நின்றிருந்தான். அவன் கையில் இருந்த லாந்தரின் மங்கலான ஒளியில் அவன் முகத்தைப் பார்த்தேன். அது அதிர்ச்சியால் அலைபாய்ந்தது. ஃப்ரான்ஸிஸ் அறைப் பக்கமாகக் கையைக் காட்டி துயரக் குரலில் திக்கினான்; “லில்லிக்கு திடீரென்று உடல்நிலை சரியில்லை. மயக்கம் போட்டு படுத்திருக்கிறாள். என்னுடன் உடனே வருகிறாயா?” என்றான்.

இருவரும் அவசரமாக அவன் அறைக்குள் நுழைந்தோம். அங்கே இரண்டு கட்டில்கள் இருந்தன. ஒன்று அழகாக அலங்கரிக்கப்பட்ட பெரிய கட்டில். மற்றொன்று சிறிய மடக்கும் கட்டில். அந்த சிறிய கட்டில் சன்னலுக்கு அருகே தள்ளப்பட்டிருந்தது. அது காலியாக இருந்தது, அதில் விரிப்பு தாறுமாறாகக் கிடந்தது. ஃப்ரான்ஸிஸ் அந்தப் படுக்கையிலிருந்துதான் எழுந்து வந்திருக்கவேண்டும். இருவர் படுக்கும் அந்த மற்றொரு பெரிய கட்டில் மீது லில்லி ஒருத்தியே நிர்வாணமாக மல்லாக்காகப் படுத்திருந்தாள். உடலின் கீழ்ப் பகுதியில் மட்டும் போர்வை கிடந்தது. அவள் கருங்கூந்தல் சடைகளாகப் பின்னலிட்டு தோளின் இரு பக்கங்களிலும் விழுந்து கிடந்தன. ஏற்கனவே வெள்ளை நிற முகம் இப்போது களையற்று சவத்தின் முகத்தைப்போல சுருங்கி இருந்தது. அவள் நாடி மெல்லத் துடித்துக் கொண்டிருந்ததால், ஆரம்பத்தில் அதன் துடிப்பு என் ஸ்பரிசத்திற்கு எட்டவில்லை. மூச்சுவிடுவதும் குறைவாக இருந்தது. உடம்பு குளிர்ச்சியாக இருந்தது. அவளை நான் வலுவாக அசைத்தேன். அவள் பிணத்தைப் போல உயிரில்லாமல் விழுந்து கிடந்தாள். அவள் விழிகளைப் பார்க்கலாம் என்று கண்ணைத் திறந்தேன். அங்கேயும் எந்த சலனமும் தெரியவில்லை. அவள் அஃபீம் போன்ற ஏதோ போதை மருந்தை எடுத்துக்கொண்டிருக்கலாம் என்று எனக்கு வலுவான சந்தேகம் ஏற்பட்டது.

ஃப்ரான்ஸிஸ் இதை எல்லாம் பார்த்து திக்குத் தெரியாமல் நின்றுவிட்டான். அதுவரை நடந்த நிகழ்வுகளை என்னிடம் சொன்னால் ஏதாவது பயன்படலாம் என்று அவனுக்குத் தோன்றியதோ என்னமோ எல்லாவற்றையும் விவரமாகச் சொன்னான். லில்லி தாங்க முடியாத அந்த புழுக்கத்திற்கு வெகுவாகத் தவித்தாள். புழுக்கம் தாங்கமுடியாமல் இரவு உடம்பில் இருந்த சில்க் கவுனை கழற்றிப் போட்டிருந்தாள்.

ஃப்ரான்ஸிசை வேறொரு படுக்கையில் படுக்கச் சொன்னாள். வியப்பான விஷயமென்றால், அந்தக் கொந்தளிப்பான இரவிலும் அவனுக்கு ஆழ்ந்த உறக்கம் வந்தது. சன்னலிலிருந்து வீசிய காற்றுக்கு உள்ளே வந்த மழை நீர் முகத்தின் மீது விழுந்து ஃப்ரான்ஸிசுக்கு விழிப்பு வந்தது. எழுந்து சன்னலை சாத்தி வந்தான். அவளுக்கு உடம்பு சரியாக இருக்கிறதா என்று கூவிக் கேட்டான். புயல் காற்றுக்கு அவள் மிகவும் பயந்திருக்கவேண்டும் என்று தோன்றியது. மீள மீள அழைத்தான். என்ன ஆனாலும் பதிலே இல்லை. அதிர்ந்து விளக்கைப் போட்டு அவளிடம் ஓடினான். அவள் அப்படியே விழுந்து கிடந்தாள். லில்லியின் கை-கால்களை தேய்ப்பதால் அவளுக்கு விழிப்பு வரலாம் என்று நான் அவனுக்கு சொன்னேன். அவள் ஏதோ மருந்து மயக்கத்தில் இருக்கலாம் என்று எனக்கு உறுதியானது. நாங்கள் இருவரும் அவள் கை-கால்களை தேய்க்கத் தொடங்கினோம். நெஞ்சின் மெல்லிய ஏற்ற இறக்கத்தைத் தவிர அவள் தேகம் பிணம் போல இருந்தது. பார்த்துக்கொண்டிருக்க சுத்தமான அவளுடைய பால் மார்பின் மீது நடுவில் எனக்கு பழுப்பு நிறத்து பெரிய ஓட்டையொன்று தெரிந்தது. இந்த வெண்மையில் இது என்ன கரை? என்று நான் இயல்பாகவே அதை மீள மீளப் பார்க்கத் தொடங்கினேன். அது எனக்குக் காயத்தைப் போலத் தெரிந்தது. யாரோ கோணி ஊசியால் குத்தியதுபோல எனக்குத் தோன்றியது. நாங்கள் இருவரும் எவ்வளவு நேரம் அப்படியே உட்கார்ந்திருந்தோம் என்று தெரியவில்லை. அதற்குள் சன்னலுக்கு வெளியே யாரோ 'தக் தக்' என்று கடந்து போனது போலத் தெரிந்தது. கையில் லாந்தர் விளக்கை எடுத்துக்கொண்டு நான் சன்னலுக்கு அருகே போனேன்.

கறும் பூனை மறுபடியும் சன்னல் கண்ணாடியை தன் கால் நகங்களால் கீறிக்கொண்டிருந்தது. தொப்பையாக நனைந்திருந்த அதன் சருமம் அதன் உடலைச் சுற்றி தொங்கிக்கிடந்தது. என் வேலையை எதிர்க்கிறாயா என்பதுபோல அது வாய் திறந்து, எரியும் தனது கண்களால் என் கண்களை கூர்ந்து பார்த்துக்கொண்டு நின்றது. நான் கோபத்தால் அதன் தலை மீது வலுவாக அடித்தேன். மந்திரித்து விட்டதுபோல அது கண்ணாடி மீது சாய்ந்துகொண்டு நின்றதே தவிர ஒரு இஞ்சும் நகரவில்லை. நான் அதை சபித்துக்கொண்டு திரும்பிப் போக 'ஓ' என்று அழுதது.

“அந்தப் பூனை பாழாய்ப் போகட்டும், லாந்தரை எடுத்துக்கொண்டு வா” என்று ஃப்ரான்ஸிஸ் அழைத்ததால், நான் உள்ளே போனேன். அபசகுணத்தின் அறிகுறியாக அதன் அழுகை விடாமல் தொடர்ந்தது. வெளியே வந்து முதலாளியை எழுப்பி அவனிடமிருந்து “சுடு தண்ணீர் பை”யையும், கொஞ்சம் பிராந்தியையும் எடுத்துக்கொண்டு, யாரையாவது ஊருக்குள் அனுப்பி ஒரு டாக்டரை அழைத்துவரச் சொல்ல நான் ஃப்ரான்ஸிசுக்கு சொன்னேன். ஃப்ரான்ஸிஸ் உடனே முதலாளியிடம் சென்றான். நான் அப்படியே அவள் உடம்பைத் தேய்த்துக் கொண்டே உட்கார்ந்திருந்தேன். அவள் நாடி மேலும் குறையத்தொடங்கியது. உடனே நான் அப்போதே மருந்துக்கென்று என்னிடம் வைத்திருந்த சிறிய பிராந்தி பாட்டில் நினைவிற்கு வந்தது. அதை எடுத்துவர நான் அறைக்கு ஓடினேன். பூனை உடனே அழுவதை நிறுத்தியது.

நான் அறைக்குள் நுழைவதுதான் தாமதம்; திறந்து வைத்திருந்த சன்னலிலிருந்து காற்று வேகமாக வீசியது. அந்த கடும் இருட்டில் நான் என் ‘பேக்’ உள்ளே பாட்டிலுக்காக கையை நுழைத்துத் தேடும்போது, மறுபடியும் ‘மியாவ்’ என்று சத்தம் கேட்டது. நான் பார்த்துக்கொண்டிருக்க அதே கறுப்புப் பூனை சன்னலிலிருந்து என் அறைக்குத் தாவி, பிறகு என்னையும் தாண்டி கதவு வழியாக வெளியே ஓடிப் போனது. எனக்கு பாட்டில் கிடைத்தது. அதைத் தொடர்ந்து நான் வெளியே வந்தேன். அதற்குள் ஃப்ரான்ஸிஸ் மற்றும் முதலாளி இருவரும் ஓடிவந்தார்கள். நாங்கள் எல்லாம் சேர்ந்து அறைக்குள் ஓடினோம். நாங்கள் போவதுதான் தாமதம், லில்லி கொட்டாவி விட்டுக்கொண்டே அப்போதுதான் தூக்கத்திலிருந்து விழித்தவள் போல எழுந்து உட்கார்ந்துகொண்டு, “என்ன ஆச்சு? இத்தனை பேர் எதற்கு கூட்டமாக இந்த ராத்திரியில்?” என்று கேட்டாள்.

நாங்கள் பைத்தியக்காரர்கள் போல ஒவ்வொருவரின் முகத்தையும் பார்த்துக்கொண்டோம்!

மறுநாள் வானிலை கொஞ்சம் குளிராக இருந்தது. இரவெல்லாம் வீசிய புயலால் காற்று தூய்மையாக இருந்தது. ஃப்ரான்ஸிஸ் அந்த நாள் லில்லியுடன் என்னென்ன பேசினான் என்று எனக்குத் தெரியாது. முதல் இரவின் நிகழ்வைப் பற்றி நாங்கள் ஒருவரும் வாய் திறக்கவில்லை. அன்று லில்லி தெம்பாகவே இருந்தாள்.

ஃப்ரான்ஸிஸ் அன்று விடுமுறை எடுத்துக்கொண்டான். நாங்கள் எல்லோரும் பிக்னிக் போய் வந்தோம். ஃப்ரான்ஸிஸும் நானும் கடைசிவரை நண்பர்களாகவே இருந்தோம். எங்களுக்குள் எந்த விஷயத்தைப் பற்றியும் தகராறு வந்ததில்லை. நீங்கள் வேண்டுமென்றால் ஃப்ரான்ஸிசைக் கேட்டுப் பாருங்கள். அவனும் இதே வார்த்தைகளைச் சொல்வான். அவன் வேறு எதையும் சொல்ல முடியாது. என் மீது அவ்வளவு விசுவாசமாக இருந்த ஃப்ரான்ஸிஸ், இன்று என்னை சந்தேகப்படுகிறான் என்றால், அதை நான் நம்பமாட்டேன். வக்கீல் சார், அங்கே சந்தேகப்பட ஒன்றுமே இருக்கவில்லை.

ஆம், அன்று ஜூன் 24-ம் தேதி. உங்கள் எல்லோர் பேச்சிலிருந்து, அது முக்கியமான நாள். அந்த நாள் நடந்த நிகழ்வுகளைப் பற்றி நான் அதிக விவரங்களை கொடுக்க முடியாது. ஏனென்றால் சொல்லக் கூடிய அளவுக்கு சிறப்பான நிகழ்வு எதுவும் அந்த நாளில் நடக்கவில்லை. எல்லா நாட்களைப் போலவே இருந்தது. இரவு படுக்கப்போகும் வரை நாங்கள் சேர்ந்தே இருந்தோம். நான் கடவுள் சத்தியமாகச் சொல்கிறேன், அன்று நான் ஃப்ரான்ஸிஸ் உடனாகட்டும், லில்லியோடாகட்டும் தனிமையில் பேசவில்லை. அந்த நாள் அவர்கள் இருவருக்கும் முன்பே நான்தான் படுக்கப் போனேன். அரை மணிக்கு பிறகு அவர்கள் இருவரும் படுக்கப்போன சத்தம் எனக்குக் கேட்டது. அந்த நாள் அவர்கள் இருவரும் மகிழ்ச்சியாகவே இருந்தார்கள். எந்த விஷயத்திற்கும் மன வருத்தம் இருக்கவில்லை.

அன்று பௌர்ணமி இரவாக இருந்தது. நல்லவேளையாக அன்று பூனைகளின் தொல்லை எங்கேயும் இல்லை. 'நிம்மதியாகப் படுக்கலாம்' என்று எனக்கு மிகவும் மகிழ்ச்சியாக இருந்தது. அப்போது சன்னல், கதவுகளையும் கூட நான் சாத்தவில்லை. நான் படுக்கப் போகும் முன் படுக்கைக்கு அருகே இருந்த நாற்காலியின் மீது அந்த ரிவால்வாரை வைத்திருந்தேன். ஆமாம், அது நிரம்பி இருந்தது. பூனைகள் மறுபடியும் நடு இரவில் எழுந்து தங்கள் விளையாட்டைத் தொடங்கினால், அவற்றை பயமுறுத்துவதைத் தவிர வேறு எந்த நோக்கத்திலும் நான் அந்த ரிவால்வாரை அங்கே வைக்கவில்லை.

எனக்கு மிகவும் சோர்வாக இருந்தது. உடனே தூக்கம் வரும் என்று எண்ணி இருந்தேன். ஆனால் உறக்கம் வரவில்லை.

நான் அப்படியே வெளியே பரவியிருந்த பாலொளியை பார்த்துக்கொண்டு விழுந்து கிடந்தேன். சுமார் நடு இரவில் நான் எதிர்பார்த்ததுபோல நடந்தது; திருட்டு அடியெடுத்து வைத்து புதர் மீது ஏறிய ஓசை. மேலும் பூனையின் 'மியாவ், மியாவ்' என்ற சத்தம் எனக்குக் கேட்டது.

நான் உடனே படுக்கையிலிருந்து எழுந்து உட்கார்ந்து, ரிவால்வாருக்காக கையை நீட்டினேன். உயரமான, பயங்கரமாகத் தெரியும் அந்தக் கறுப்புப் பூனை புதரிலிருந்து சன்னலுக்குத் தாவிய சத்தத்திற்கு என் உடம்பு சிலிர்த்தது. அதன் விரைத்த காதுகள், நிமிர்ந்த வால், அனலைப்போல எரியும் கண்கள் எல்லாம் அந்த இருட்டிலும் எனக்குத் தெளிவாகத் தெரிந்தன. அதற்கு நான் ரிவால்வாரை குறிவைத்து ஒரு தோட்டாவைப் பாய்ச்சினேன். அந்தப் பூனை 'ஓ' என்று அழுகுரல் எடுத்து, சன்னலிலிருந்து வலியின் துடிப்பில் அறைக்கு உள்ளே பாய்ந்தது.

நான் படுக்கையிலிருந்து வெளியே தாவினேன். அமைதியாக இருந்த அந்த விடுதியில் நான் பாய்ச்சிய தோட்டா சத்தம் வெகு பயங்கரமாகக் கேட்டது. அந்த நொடி வெளியே இருந்து ஒரு குரல் கேட்டது. நான் ரிவால்வாரை அப்படியே கையில் பிடித்துக்கொண்டு, அறைக்கு வெளியே ஓடிப்போன அந்தப் பூனையைக் கொல்ல அதைப் பின்தொடர்ந்தேன். அப்போது வெளியே ஃப்ரான்ஸிஸ் அறையின் வெளிக் கதவில் லில்லி எனக்குத் தெரிந்தாள். அவள் தன் இரு கைகளையும் அந்த இரண்டு கதவுகள் மீது வைத்துக்கொண்டு, அந்தப் பக்கமாகவும் இந்தப் பக்கமாகவும் அசைந்து கொண்டிருந்தாள். பிறகு என் பாதங்கள் மீது தொப் என்று விழுந்தாள். அவளுடைய வெறுமையான மார்பு இரத்தமயமாக இருந்தது. கையில் ரிவால்வாரை இன்னும் இறுக்கமாகப் பற்றிக்கொண்டு, நான் வாயடைந்து பார்த்துக்கொண்டே நின்றபோது, ஃப்ரான்ஸிஸ் தன் அறையிலிருந்து வெளியே வந்து எங்கள் இருவரையும் அந்த நிலைமையில் பார்த்தான்.

முடிந்தது, வக்கீல் சார், இங்கே என் கதை முடிந்தது. நான் குல்கர்ணியிடம் சொன்னதும் அவ்வளவுதான். நாளை நான் கோர்ட்டில் சொன்னால் மிகவும் சாத்தியமற்றது என்று தோன்றலாம் அல்லவா? இரத்தக் கறைகள் என் அறையிலிருந்து அவள் அறைப் பக்கம் போயிருந்தன. அதற்கு நான் என்ன

செய்யமுடியும்? பூனை அந்தப் பக்கம் போயிருக்கலாம். நான் ஆயிரம் தடவை சத்தியம் செய்து சொல்கிறேன் வக்கீல் சார், நான் கொன்றது பூனை என்பது எனக்கு உறுதியாகத் தெரியும். இதைவிட வேறு விளக்கமளிக்க எனக்குத் தெரியவில்லை. எதற்குக் கொன்றேன் என்றும் தெரியாது. ஹோட்டலில் மக்கள் அந்தக் கறுப்புப் பூனையைப் பார்க்கவில்லை என்றால் அது என் தவறல்ல. வேண்டுமென்றால் நீங்கள் ஃப்ரான்ஸிசைக் கேட்டுப் பாருங்கள்; அவன் அந்த இரவு அந்த பூனையைப் பார்த்தானா இல்லையா என்று. அவன் அந்த பேச்சை நிராகரிக்கமாட்டான். எனக்கு உறுதியாகத் தெரியும். இனி மீதமிருப்பது ஒரே ஒரு வழி, அந்த விடுதியை முழுவதுமாகத் தேடுவது, வக்கீல் சார், அந்த விடுதியின் கட்டடத்தை எல்லாம் இடித்துப் போட்டாலும் சரி, இறந்து போன அந்த பூனையின் உடலை தேடிக் கண்டெடுங்கள். அதன் உடம்பில் நான் பாய்ச்சிய தோட்டா உங்களுக்குக் கண்டிப்பாகக் கிடைக்கும்.

❖❖❖

மஹந்தேஷ் நவல்கல்

24 நவம்பர் 1970இல் கர்நாடகா ராயச்சூர் மாவட்ட மானவி தலூகாவின் நவல்கல் என்ற கிராமத்தில் பிறந்தவர். விவசாயக் குடும்பப் பின்னணியில் இருக்கும் அவரின் கதைகள் விவசாயிகளின் பிரச்சினைகளையும், உலகமயமாக்கலின் விளைவுகளின் உள்ளோட்டங்களை சிறப்பாகப் பார்க்கின்றன. இரண்டு சிறுகதைத் தொகுப்புகளையும், ஒரு நாடகத்தையும், 30 வயதுக்குள்ளான எழுத்தாளர்களின் ஒரு சிறுகதைத் தொகுப்பையும் வெளியிட்டுள்ளார். தற்போது கல்புர்கி என்ற ஊரில் வசிக்கிறார்.

புத்த மணியோசை

பேங்காக்கின் புத்த தேவாலயங்கள் இடைவிடாமல் மணியோசையை எழுப்பிக் கொண்டிருந்தன, ‘நீ வெளியேறு, நீ வெளியேறு’ என்று. பேங்காக் என்ற புத்த நாட்டில் அவனால் வெகு நேரம் நிற்க முடியவில்லை. அலைந்து திறிந்து பட்டாங் பீச்சுக்கு வந்திருந்தான்.

பட்டாங்-இன் நீலக்கடல் அவனுக்கு நஞ்சுபோலத் தெரிந்தது. பாவங்களும் அதன் உணர்வுகளும் அவனை ஒவ்வொரு நொடியும் வதைத்தனவே! ஆன்காங்க் என்ற அந்தப் பெண் வேசியா, தத்துவ ஞானியா, சிந்தனையாளியா? அசைந்தாடும் பொன் வண்ண நெல் வயல்களின் ஊரிலிருந்து வந்த அவளும் கூட தங்க நிற முடியை உடையவள். பட்டாங் கடற்கரை எல்லாம் நீல வண்ணமாக இருந்ததால், அங்கே பிரதிபலனுக்கு அது தடையாக இருந்ததால் பட்டாங்-கை பிரதிபலன் இல்லாத நாடு என்கிறார்கள் என்று கூறியிருந்தாள் ஆன்காங்க். ஆனால் மனக் கண்ணாடியின் அரூபம் அது, விஷயங்கள் பிரதிபலிப்பின் இரைச்சலான நீர்வீழ்ச்சி. அங்கே பேங்காக்-இல் சாந்தி தேவனின் முன்னால் மண்டியிட்டு பிரார்த்தனை செய்யும் போது என்னென்ன வேண்டிக்கொண்டேன். எனக்கு நல்ல வியாபாரம் நடக்க வேண்டும் என்றா? வியாபாரம் என்றால் என்ன? இன்னும் இந்த விவசாயிகளை கொல்லும் கிருமி நாசினிகள் அதிக விற்பனையாக வேண்டும் என்றா அல்லது வேறென்ன?

புத்தன் முன்னால் வேண்டிக்கொள்ள மட்டுமல்ல, அமரக்கூட அருகதை தனக்கில்லை. அப்போது புத்த மணி ஓசை.

அவனுக்கு பேங்காக் விருப்பமாகவில்லை. அங்கே அமைதி தூதனின் விக்கிரகங்களின் கண்ணில் கண் வைத்து பிரார்த்தனை செய்ய முடியவே இல்லை. பிரார்த்தனைக்கு அமர்ந்தால் வியாபாரம், டார்கெட் பெயரில் இலக்குகள், விவசாயியின் வாழ்க்கை மீது சமாதி கட்டும் காட்சிகள், பக்கத்தில் இருப்பவனை மீறி வெல்லும் ஆசைகள், இந்தக் காலனின் தேர் ஓட்டத்திற்கு இம்சை சக்கரங்கள். அந்த சக்கரம் முன்னால் உருள கட்டடங்கள், கார்கள், பூமியின் பரப்பளவும் வளருமல்லவா? அந்த புத்தனும் கூட அரசன், பணக்காரன். அதை எல்லாம் துறந்து ஐந்து வீடுகளில் பிச்சை எடுத்து வாழ்ந்தானே? அப்படியான வாழ்க்கையின் சிறிய நோக்கமும் தனக்குக் கிட்டாமல் போனதே? ஆசை துயரமாகும் காலம் மற்றும் செல்வத்தை சேர்க்கும் நேரங்கள் இந்த எதிர்மறைகள் இரண்டும் இன்று நேருக்கு நேர் நின்றது ஏன்? ஆசை துன்பத்திற்குக் காரணம் என்ற மந்திரத்தை சொல்பவர்கள் இன்று உலகத்தில் யார் இருக்கிறார்கள்? புத்தனின் புன்னகையைப் பற்றி பேசுபவர்கள் யார்? அவன் சொல்கிறான் – "நீ இவ்வளவு கிருமி நாசினி திராவகம் விற்றால், உனக்கு ஒரு வெளிநாட்டுக் கார்!" இவன் வருகிறான்- "நீங்கள் இவ்வளவு விற்றால் உங்களுக்காக வெளிநாட்டுப் பயணம்". மற்றொருவன்- "அதே திராவகம் அரை விலையில்" என்கிறான். இவன் விற்றால் மற்றொருவன் விற்கிறான். இன்னொருவன் விற்காவிட்டால் மற்றொருவன். எல்லோரும் சந்தையைப் பற்றியே பேசுபவர்கள். யாரும் ஆசை துன்பத்தின் காரணம் என்று பேசுபவர்கள் இல்லை. தன்னையும் சேர்த்து. அதுபோல முதலீடும் வெள்ளத்தைப்போல ஆசையே துன்பத்தின் காரணம் என்பது வாழ்க்கையின் பகுதியாகவே இல்லை என்று நினைத்தான். கனிஷ்கன் கட்டினான் என்று சொல்லப்படும் கோவிலில் மலர்ந்து நின்ற புத்த சிலையின் சிரிப்பு. இவனைப் பார்த்துச் சிரித்ததா அல்லது இவனுடைய பச்சோந்தி நிறத்தைப் பார்த்து சிரித்ததா? தெரியவில்லை.

புத்தனின் தூய தத்துவங்கள் இவனுக்கு முன்பே அறிமுகமாகாமல் இருந்தால் இவ்வளவு சிந்தனையும் கிடைத்திருக்காது. முதலீடு ஈட்டும் தனிப்பட்ட சொத்துக்களின் முதலாளித்துவத்திற்கு எதிரான இயக்கங்களில் சில காலம் போராடியதால் தனக்கு

ஒரு நேர்மறை அல்லது எதிர்மறை கருத்துக்களோ தெரியாமல் போனது. முதலீடு விரிவாக்கம் எதையும் பொருட்படுத்தாது. அது மனிதர்களின் இரத்தக் கால்வாய் வழியாக பாயும் என்று பெரியவர்கள் சொன்னார்களே. அந்தப் பட்டறையிலேயே பழகி அதைக் கையில் ஏந்தி வந்திருக்கிறான் அவன். என்றால் எல்லாம் புரிந்தாலும் முடிவில் வெற்றி பெற்றது முதலீடு. அந்த சில கால ஆய்வால் பின்தொடர்ந்து அவனை வாட்டுவது அந்த குற்ற உணர்வுகளே என்று அவன் உணர்ந்தான்.

பேங்காக் புத்த ஆலயங்கள் இவனுக்கு நிரந்தர எச்சரிக்கை மணிகளை ஒலித்தன. நீ வெளியேறு, உனக்கு இங்கே இடமில்லை. இரவு படுத்தால் அந்த இரு இடதுசாரி வாரிசுகள் மேனிபெஸ்ட்டோவின் ஒவ்வொரு வரியின் பொருளையும் காதில் ஊதி ஊதி தூக்கத்தை அனாமத்துக் கணக்கில் வைத்தார்கள்.

அப்படிச் சொன்னவர் யார்?

வியாபாரம் செய்யும் பகுதியின் ஒவ்வொரு கிராமத்திற்கும் போய் கேளுங்கள், தன்னைப் பற்றி அவர்கள் சொல்லுவார்கள் – இவன் எங்களுக்குக் கடன் கொடுக்கும் கடவுள் என்பார்கள். ஆனால், புத்த ஆலயங்களின் அலாரம்கள், இடதுசாரிகளின் அந்தப் பெரியவர்கள், "பேங்காக்கில் உங்களுக்கு இடமில்லை வெளியே போ" என்கிறார்கள்.

உண்மை எனக்கும் தெரியும். என்ன மறைக்கும் ஆலோசனை. எதிரி முன்னால் இருக்கிறானா, பின்னால் இருக்கிறானா என்று யாருக்கும் தெரியாது. என்னை எதிரி என்றால் அவர்களே சிரிக்கிறார்கள். எதிரியும் இப்படி அருவமாகி கண்கட்டுப்போல இருப்பான் என்று இன்று தெரிந்த உண்மையல்ல. வியாபாரத்தை ஏற்றுக்கொண்ட பிறகு அறிந்த உண்மை. அந்த விவசாயிகளுக்கும் வெகுளிகளுக்கும் அந்த மனிதர்களுக்கும் முன்னால் நின்று சண்டை போடுபவர்கள் மட்டுமே எதிரிகள். நல்ல விளைச்சல் வரும் விதைகள் என்று விதைக்கக் கொடுத்த விதைகள் எல்லாம் முளை விடாமல் சுருண்டு போயின. விதைகளுடன் நொடிந்துபோயின அந்த ஜீவன்கள். அது தன் மீது எழுதிய குற்றமாகி, அது அவரவர் தலை எழுத்து என்ற விளக்கம் பெற்று அந்தத் தலையெழுத்துகளே என்னைப்போன்றவனைக் காப்பாற்றியது.

ஆம், கோவில் மணி அலாரம்கள் அடிக்கடி சொல்லி இருந்தன- நீ தொலைந்து போ.. நீ வெளியேறு... என்று.

பேங்காக் ஏனோ தீர்வு காணாத நாடு என்று அவனுக்குப் புரியத் தொடங்கியது. உலகில் போதுமான அளவு திருடர்கள் இருக்கிறார்கள். மோசமானவர்கள் இருக்கிறார்கள். ஆனாலும் சுகமாக இருக்கிறார்கள். ஆனால், புத்தனின் மணியோசை ஒருமுறையாவது அவர்களுக்குக் கேட்டிருக்கிறதா? என்று நினைத்தான்.

பேங்காக் என்றால் சொர்க்கம் என்று பலருடைய கருத்து அவன் பார்வையில் இன்று தலைகீழ் நிலைமைக்கு மாறியிருக்கிறது.

ஆம், தாய்லாந்தில் இந்த பேங்காக்-கை விடவேண்டும். இல்லாவிட்டால் அந்த மணியின் அலாரம்கள் அவன் செவிப்பாறையை கிழிப்பதன் வழியாக தன்னைக் கொன்றுவிடும் என்று நினைத்தான்.

இந்த பத்துநாள் பேக்கேஜ் பயணத்தில் முக்கியமாக பேங்காக், பட்டாங், மை கர்டி, ஹுயா ஹின், புகெட்டான், கஹோல்லாக், கரோன் என்ற அழகான இடங்களைப் பார்க்க ஜார்கிபாஷின் என்ற நிறுவனம் இங்கே அழைத்து வந்தது. ஜார்கிபாஷின் கிருமிநாசினி மற்றும் உரம் தயாரிக்கும் உலகின் முக்கிய 25 நிறுவனங்களில் ஒன்று என்று பெயர்பெற்றது. உலகம் முழுவதும் இதன் கிளைகள் பரவி இருக்கின்றன. அதன் முக்கிய உற்பத்திப் பொருளான "சாகேன்" என்ற கிருமி நாசினியை விற்பது நிறுவனத்தின் முக்கிய செயல்பாடு. நிரந்தரமாக பத்து ஆண்டுகள் சந்தையை அலங்கரிக்கும் இந்த "சாகேன்" உலகத்தின் நம்பர் ஒன் விற்பனையாகும் திராவகம் என்ற இடத்தை தக்கவைத்துக்கொள்ள போராடத் தொடங்கியது. முதல் எட்டு ஆண்டுகள் கிருமி நாசினி விற்பனையாளர்கள் மற்றும் விநியோகஸ்தர்களுக்கு எந்த பேக்கேஜ்-ம் இருக்கவில்லை. இது ஒருபக்கம் இருக்க, அதன் இலாபமும் கூட சொல்லிக்கொள்ளும் அளவுக்கு இருக்கவில்லை. வெறும் 8 சதவிகிதம் மார்ஜினில் வியாபாரம் செய்யவேண்டி இருந்தது. ஆனால் பல ஆண்டுகளாக சந்தையை ஆக்கிரமித்துக்கொண்டிருந்த ஏகபோக சக்ரவர்த்தியாக ஜார்கிபாஷின் நிறுவனம் கடந்த இரண்டு ஆண்டுகளில் முக்கியமாக "லோகோஆன்" நிறுவனம் மிக நெருக்கமான போட்டியாளராக வளர்ந்தது. அதற்குக் காரணம், தரமான

அம்சங்களாலும், அதிகமாக சந்தைத் தேவைகளுக்கு அதிக அழுத்தம் கொடுத்ததாலும், ஜார்கிபாஷின் – லோகோஆன் நிறுவனங்கள் சரி சமனாக இருந்தன. ஜார்கிபாஷின் பழைய நிறுவனமானாலும் இன்னும் சில நாட்களில் லோகோஆன்-க்கு முதல் இடத்தை விட்டுக்கொடுக்க தவிர்க்கமுடியாமல் மானசீகமாக தயாராக இருந்தது. ஆனாலும் முந்தைய காரிய தந்திரங்களில் சிறிய மாற்றங்களை செய்து உற்பத்தித் தரத்திலும் சந்தை வளர்ச்சியின் பக்கம் அதிக கவனம் செலுத்தும் தந்திரத்தின் பகுதியாகவும் “சாகேன்”- பொருளை சந்தையின் பின்னணியில் மறு நிலைநாட்ட முக்கியமானது. என்றால் கார்கள், வெளிநாட்டுப் பயணங்கள், ஹை டெக் வேசிகள் என்று வியாபாரிகளை எடுத்துச் செல்வதன் வழியாக திரும்பவும் சந்தையின் தலைமையை நிலைநாட்ட ஏதுவாக இருந்தது. அதன் தேவைக்குத் தக்கபடி நிறுவனத்தில் கட்டாய விற்பனை கருத்து நடைமுறைக்கு வந்தது.

அதற்காக கர்நாடகா முழுவதும் இருக்கும் அதிக விற்பனை செய்த 15 வியாபரிகளை தாய்லாந்துக்கு அழைத்துக்கொண்டு போனார்கள். அந்தப் பின்னணியில் அவன் இங்கே வந்திருந்தான்.

சந்தை என்னும் மாயாவி தன்னுடைய வலுவான கரங்கள் வழியாக பலருடைய இரத்தம், மாமிசம், சதைகளை வாங்குகிறது. பெண்களை எங்கெங்கோ தள்ளுகிறது என்ற பெரியவரின் சிந்தனைகள் இன்று உண்மையாக உள்ளதே! சந்தையின் பாகமாக இருக்கும் இங்குள்ள பெண்களுக்கு ஜீவன் இருக்கிறதா, இல்லையா அல்லது அது ஒரு கற்பாறையா என்று எண்ணும் போதே தப்பித்துக் கொள்ளுவதிலேயே வாழ்க்கை கழிந்தன. எவ்வளவு தப்பித்துக்கொள்வது? தப்பித்துக்கொண்டு பட்டாங் வந்து சேர்ந்ததும் ஆனது. இங்கே எல்லாம் இருக்கின்றது – கடல், மது, மாமிசம், அவளும்...

ஆனாலும் அது அழகாக ஒன்றும் தெரியவில்லை. ஆனால் பேங்காக்-இன் அந்த மணிகளின் ஓசையால் தற்காலிகமாக நிம்மதி என்னமோ கிடைத்தது. இரண்டு நாள் முடிந்திருந்தது. மனதின் சங்கடங்களுக்கு பரிகார வழியாக ஆன்காங்கும் கிடைத்தாளே? இரண்டு நாட்களாக அவளுடன் பேசிப் பேசி, பேங்காக்-இன் மணியோசை மறந்துபோனது. ஆன்காங்க் என்ற அந்தப் பெண்ணை வியாக்கியானம் செய்யவேண்டும் என்பதே

பிரச்சினையாக இருந்தது. இவள் வெறும் வேசியா? இவள் பேங்காக் பல்கலைக்கழகத்தில் தத்துவம் கற்ற பெண்ணா அல்லது விவசாயத்தைப் பற்றிப் பேசும் விவசாய விஞ்ஞானியா? இரண்டு நாள் அனுபவத்தில் நான் எல்லாம் மறந்துவிட்டேனா? ஆம், மனிதனின் அடிப்படை குணங்களில் ஒரு மாறுதலை தேடுவது ஒரு முக்கியமான குணம். ஆன்காங்க் துயரத்திற்கு எதிரான மாறுதலாக மகிழ்ச்சியாகவே கிடைத்திருக்கிறாள் என்று நினைத்தால் அவள் பொருளாகத்தானே கிடைத்தது - கமாடிட்டி(commodity)-யாகத்தானே? நான் இவ்வளவு விற்பனை செய்ததற்கு நீ இவ்வளவு சுகங்களைக் கொடுத்தாய்- என்ற கொடுக்கல், வாங்கல் பரிமாற்றத்தால் தானே? என்றால், அவள் சொல்லும் "தாய்" என்றால் ஃப்ரீடம், சுதந்திரம் என்ற பொருள். அவள் உண்மையாகவும் சுதந்திரமாகவும் இருக்கிறாளா? தாய் என்றால் ஃப்ரீடம், ஃப்ரீடம்... என்று சொல்லும் ஆன்காங்க் என்ற செல்ல முகத்து அழகிக்கு தான் எதற்காக வந்திருக்கிறேன், அவள் பாட்டுகள் பேச்சுகள் தன் ஒருவனுக்காகவா அல்லது தன்னைப்போல தின வாடிக்கையாளர்களுக்காகவும் இருக்கலாமோ... யோசித்தான். அவள் தொழிலே அப்படிப்பட்டது. தினமும் வாடிக்கையாளர்களிடம் அவள் செயல் இப்படித்தான் இருக்கவேண்டும்.

கனஷியாம் என்ற மனித வள அதிகாரி இந்தப் பயணத்தின் தலைமையை வகித்திருந்தார். அவர் கேட்டுக்கொண்டே இருந்தார். நீங்கள் ஏன் பயணத்தின் மகிழ்ச்சியைப் பெறவில்லை. எதற்காக வருத்தமாக இருக்கிறீர்கள்? இந்தியாவின் 15 டாப் விற்பனையாளர்களில் ஒருவர் நீங்கள் என்ற பெருமை உங்களுக்கு உண்டு. ஒரு வெளிநாட்டுக் கார் மற்றும் இந்த அற்புதமான பயணப் பரிசை நீங்கள் பெற்றிருக்கிறீர்கள். அடுத்த ஆண்டிலிருந்து மேற்கத்திய நாடுகளுக்கு உல்லாசப் பயணம் இருக்கிறது. ஆனால் ஒரு நிபந்தனை. நீங்கள் அடுத்த ஆண்டு இதைவிட இரண்டு மடங்கு விற்பனை செய்யவேண்டும். உங்களுடைய தற்காலிக கம்பானியன் ஆன்காங்க் என்றார்.

தாய்லாந்தின் ஒரு பெருமை என்றால் வேசித் தொழிலை சட்டமாக்கி இருக்கிறார்கள். "நாம் ஃப்ரஷ் வெஜிடபல் என்று சொல்வோமே, அதே போல இங்கே பெண்கள். அடுத்த ஆண்டு ஐரோப்பா பயணத்திற்கு தற்காலிக கம்பானியன் ஆக உங்களுக்கு ரஷ்யப் பெண்கள் கிடைப்பார்கள். அதன் சுகமே

தனி. ஒரு பழமொழி இருக்கிறது, நீங்கள் கேட்டிருக்கிறீர்களா? என்று சிரித்தார். "கடவுள் வோட்காவுடன் ரஷ்ய அழகிகளையும் கொடுத்தால் நான் சொர்கத்தை நிராகரிக்கவும் தயார்" என்று. ரஷ்ய அழகி, வோட்கா, ஆரஞ்சு இவை நன்றாகப் பொருந்தும். இவற்றை ருசிக்க புண்ணியம் செய்திருக்க வேண்டும். அடுத்த ஆண்டு உங்களுக்கு அந்த அதிருஷ்டம் வரும். அதற்காக நீங்கள் உங்கள் டார்கெட்டை அடையவேண்டும். இந்தப் பெண் இருக்கிறாளே, ஆன்காங்க் அவளை ரஷ்யப் பெண்களுக்கு முன்னால் திருஷ்டி சுத்திப் போடவேண்டும். எப்படிப்பட்ட அழகிகள் அவர்கள்!" என்றார் கனஷியாம். இருக்கட்டும், உங்கள் மூட் சரியாக இல்லாமல் இருப்பதற்கு காரணம் பேங்காக்காக இருக்கலாம். உங்களுக்காகவே நாங்கள் பட்டாங் வந்திருக்கிறோம். "பட்டாங்" துறைமுகங்களின் நாடு, இன்பமாக இருக்க அழகான நகரம் என்றார். கேர்புல் அபௌட் யுவர் சேஃப்டி என்று கூறி தன் அறைக்குச் சென்றார். உண்மையாகவும் பட்டாங் அவர் கூறியது போல அப்படி பயப்படக்கூடிய நகரமல்ல. இடதுசாரி பெரியவர்கள் கூறிய வார்த்தை சந்தையின் ஏகபோக உரிமைக்கான போராட்டம் வெறும் போராட்டமாகாமல், முழுமையாக அங்கே இருக்கும் ஏழைப் பெண்களை கமாடிட்டியாக பயன்படுத்துகின்றன என்பது திடீர் என்று நினைவிற்கு வந்தது.

தான் இதன் நுகர்பவனா அல்லது உற்பத்தியாளனா? என்ற கேள்விகளுடன் அதன் உற்பத்தியாளனாகத்தான் இருக்க வேண்டும். ஏனென்றால் இது தவறு என்று தெரிந்திருக்கிறது. ஆனாலும் அந்த வாளைப் பிடித்து நின்றிருக்கிறேன். எல்லோரைவிடவும் தான் மிகவும் அபாயகரமான மனிதன் என்ற ஆலோசனை வரும்போது சன்னலுக்கு வெளியே நின்றான்.

கடல் ஆர்ப்பரிக்கிறது.

ஒரு நொடி சிந்தனைகளின் ஓடை நின்றதுபோல இருக்கிறது.

மீள, மீள கடலின் ஆர்ப்பரிப்பு.

புத்தனின் நிலையற்ற தத்துவம், பெரியவர்களின் கமாடிட்டி பற்றிய வியாக்கியானங்கள் உண்மையாகவும் அவனைப் பிழிந்து சக்கையாக்கி விட்டது. முதலீடு வெட்கமற்ற குற்றஉணர்வுகள் இல்லாத சமுதாயத்தை உருவாக்குகிறது என்று முணங்கினான்.

அவள் புன்னகை செய்து மௌனமானாள். பிறகு இவன் பக்கம் பார்த்து –

"என் அப்பா கொள்ளைக்காரனாக இருந்தார்" என்றாள்.

அவனுக்கு பயமானது.

"பயப்படவேண்டாம், இருந்தான், இப்போது இல்லை. அது மட்டுமல்ல, அவன் இந்த பூமி மீதே இல்லை" என்றாள். "தர்மகுரு ஒருவர் அவனை மாற்றுகிறேன் என்று அழைத்துச்சென்று தினமும் புத்தனின் ஜாதகக் கதைகள், திரிபிடகத்தின் வரிகளைச் சொன்னார். வாழ்க்கை என்றால் திருடுவது என்றே தெரிந்திருந்த அவன், திருடுவதை நிறுத்தியவுடன் தனிமையானான், வாழ்க்கையில் ஒன்றுமே இல்லை என்பதுபோல உணவை விட்டான், பேச்சை விட்டான், ஒருநாள் கடலில் குதித்து இறந்து விட்டான்" என்று கண்ணீரானாள். என்றால் கொள்ளையடிப்பதற்கும் வெளியே, வாழ்க்கை?

இது தன் கதை போலவும் தோன்றியது அவனுக்கு. கொள்ளைக்காரனின் மாற்றத்திற்கு மாற்று இருக்கவில்லையா? என்று நினைத்துக்கொண்டு அந்தப் பின்னணியில் தன்னைத்தான் நினைத்து அச்சமானது அவனுக்கு. அவள் சும்மா இருப்பவளே அல்ல. இவனுக்காக சைனீஸ் டிஷ் தாயார் செய்தாள். மீனுக்கு மசாலா தடவி வறுத்து உணவு மேசை மீது வைத்தாள்.

சிரித்துக்கொண்டே சொன்னாள் –

"இந்தியர்கள் இங்கே உல்லாசமாக இருக்க வருகிறீர்களே, உங்கள் மனைவிகள் சரியாக இல்லையோ அல்லது அவர்களுக்குத் தெரியாதோ?" என்றதும் உடனே நாக்கைக் கடித்து, "இல்லை, சும்மா கேட்டேன், நீ தவறாக எண்ண வேண்டாம்" என்றாள். "ஒருவேளை அவர்கள் உங்களை நன்றாகப் பார்த்துக் கொண்டால் எங்களைக் காப்பாற்றுபவர்கள் யார்?" என்று மறுபடியும் சிரித்தாள். இருள் சூழத் தொடங்கியது. பேங்காக்கில் புத்த ஆலயங்கள் செய்த காயங்களுக்கு அவள் பேச்சு மருந்துபோல என்று நினைத்தான். உண்மையோ இல்லையோ தெரியவில்லை.

"நாளை நீங்கள் புறப்படுகிறீர்களா?" என்று கைகூப்பினாள்.

"நான் சில விஷயங்களை உங்களுக்குச் சொல்லட்டுமா?" என்று மேலே தொடர்ந்தாள். "வருடத்திற்கு நான்கு இலட்சம் தாய் பாத் சம்பாதிக்கிறேன். அதில் இருபது பர்சன்ட் அரசாங்கத்திற்கு வரி கொடுக்கிறேன். இருபது சதவிகிதம் ஏழை விவசாயிகளுக்காக ஒதுக்கிவைக்கிறேன். பத்து சதவிகிதம் ஏழைக் குழந்தைகளின் கல்விக்காக செலவு செய்கிறேன்" என்றாள். "இது நான் மட்டுமல்ல. தாய்லாந்தின் அநேக வேசிகளின் சாதாரண பொருளாதார அஜெண்டா இவை. மற்றொரு விஷயம், எனக்கு சாப்பாடு போடுபவர்களே இந்தியர்கள்தான். அதனால் எனக்கு இந்தியர்கள் என்றால் மரியாதை. அது புத்தனின் கர்ம பூமியும் கூட" என்றாள். "வி லீட் அ கம்ஃபர்டபல் லைஃப் ஃப்ரம் யூ" என்றாள். "இல்லாவிட்டால் என் அம்மா, இரண்டு தங்கைகள் இதே கடலில் விழுந்து இறந்து போயிருப்பார்கள். இந்தியர்கள் தங்கள் வருடாந்திரக் கணக்கை முடித்த கையோடு இந்தப் பக்கம் அடி எடுத்து வைக்கிறார்கள். அவர்கள் ஈட்டிய இலாபப் பணத்தை தாய்லாந்தின் பீச்களில் செலவு செய்கிறார்கள். நான் இதை தவறு என்று சொல்லவில்லை. இது எங்களைப் போன்றவர்களின் வயிற்றுப் பிழைப்பிற்கு வழியாகிறது" என்று சூடான தேநீர் கொண்டுவந்து கொடுத்தாள். தேநீர் அருந்திக்கொண்டே வானத்தைப் பார்த்தான். நீல வானம் மற்றும் கடல் ஒன்றானதுபோல தெரிந்தது. அவள் மீள பேசத் தொடங்கினாள். "அதில் உங்கள் பெஸ்டிசைட் கிருமிநாசினி உர நிறுவனங்களால் தாய் டூரிசம் செழிப்படைந்திருக்கிறது" என்றாள். அவளிடம் இடதுசாரி பெரியவர்களைப் பற்றிக் கேட்டேன், அவர்கள் அவளுக்குத் தெரிந்திருப்பதாகத் தெரியவில்லை. புத்தன் மட்டும் அவளுக்கு நன்றாகத் தெரிந்திருந்தான். "தர்மமல்லாத, சங்கமல்லாத வழிகள் அவன் விரும்புவதே இல்லை. தவறு செய்தால் புத்த மணி ஓசை எச்சரிக்கும்" என்றாள் அவள். "அதற்காக நான் எப்போதும் ஆன் டிராக் மீதே இருக்கிறேன்" என்று கைக்கு உறை அணிந்து காண்டோம்களின் உறைகளை கிழித்து, ஓகே உங்களுக்கு மசாஜ் செய்யலாம் வாருங்கள் என்று அழைத்தாள்.

"முதலீடு செயல்பாட்டுத் தன்மைக்கு போகாமல், சேகரிப்பின் அளவுக்கு வந்தால் கமாடிட்டியாக மனிதத் தன்மையே நாசமாகிவிடும்" என்றான். அவளுக்குப் புரியாமல், "படு, தண்ணீர் சூடாக இருக்கிறது, அதில் ஒரு பௌடர் கலந்திருக்கிறேன். அது உன் ஆசைகளை இருமடங்காக்கும்" என்று சொன்னாலும் அவன்

அசையவில்லை. "இருக்கட்டும் நீ அந்த நாற்காலியின் மீது உட்கார். நான் இங்கே அமர்கிறேன். பேங்காக்கின் அந்த மணிகள் செய்த காயத்தின் அடையாளங்களை நிவர்த்தி செய்யும் வலு உனக்கு மட்டும் இருக்கலாம். வா சும்மா பேசலாம்" என்றான். "இங்கே வந்திருக்கிறானே கனஷியாம் என்ற லோஃபர், இவன் பெரிய தரகன்" என்றான். அவள் கனஷியாம் என்றால் சோறு போடுபவன் என்று எண்ணியிருந்தாள். "ஏன் என்ன ஆனது?" என்றாள். "தரகர்கள் இல்லாதவர்கள் மற்றும் இருப்பவர்களின் இடையே இணைப்பாக வேலை செய்தாலும் கூட அவர்கள் செயல்பாடு இருப்பவனின் பெருமையையே காக்கிறது" என்றான். அவளுக்குப் புரியாமல், "ஐ டோன்ட் நோ" என்றாள்.

மற்றவர்களைப் பற்றி பேசுவதை விட நான், என்றான். நானும் அவன் தானே? ஆம் நானும் அவன்தான் என்று நினைத்தான். பிறகு அவள் வேசித் தொழில் பாவமா என்று சிரித்தாள். உங்கள் விவசாயிகளின் சேவையில் புண்ணியப் பணமும் பாவத்தைக் கழுவ உதவி செய்யலாம் என்றாள்.

"நீங்கள் விவசாயிகளைக் காப்பாற்றுபவர்கள். அவர்களுடைய விளைச்சலை காப்பாற்றுபவர்கள். அந்தப் புண்ணியமும் எங்களுடன் இருக்கிறது" என்றாள் ஆன்காங்க்.

அவள் கண்ணீர் அணை உடைந்தது.

"ஒவ்வொரு பனிரெண்டு மணி நேரத்திற்கு ஒருமுறை அங்கே ஒரு விவசாயி சாகிறான். அவனை கொல்பவர்களே நாங்கள். அவனுக்கு பொய்யான கிருமிநாசினி கொடுத்திருக்கிறோம். அவனிடமிருந்து மூன்று மடங்கு அதிகம் பணம் கறந்திருக்கிறோம். அவன் வாழ்க்கையை துவம்சம் செய்திருக்கிறோம். நாங்கள் இங்கே வந்தது அவன் பணத்தால்தான். உல்லாசமாக இருந்ததும் அவன் பணத்தில்" என்று கன்னடத்தில் சொன்னான்.

இவனுடைய கன்னடத்தைக் கேட்டு, அவளுக்கு அதிர்ச்சியானது. "வாட்" என்றாள். "நத்திங்" என்றான். மாலை இருளாகத் தொடங்கியது. நீலக் கடல் நஞ்சாகத் தெரிந்தது. நான் தியானத்திற்காக இங்கே பூயி என்ற ஊருக்குப் போய் வருகிறேன். நீங்கள் அந்த இரண்டு மணி நேரம் ஓய்வெடுங்கள், என்றாலும் அவளை இரண்டு மணி நேரம் விட்டிருக்க முடியவில்லை. "இங்கேயே தியானம் செய்யலாமே? ப்ளீஸ் நீ போகவேண்டாம்.

நான் தனியாக இருக்க முடியாது" என்றான். சரி, இங்கேயே செய்கிறேன் என்று சிரித்தாள். சூட்கேசைத் திறந்து அதில் இருந்த புத்த விக்கிரகத்தை எடுத்து மேசை மீது வைத்து தியான நிலையில் அமர்ந்தாள். அவன் அந்த விக்கிரகத்தை பார்த்துக்கொண்டே அமர்ந்திருந்தான். மறுபடியும் சூட்கேசிலிருந்து இரண்டு சின்ன மணிகளை கையில் பிடித்து அசைத்தாள். பேங்காக்-இன் ஆலயங்களை விடவும் அதி பயங்கரமாக ஓசை எழுப்பியது அந்த சிறு மணிகளின் ஒலி. அவனுக்கு மரண மிருதங்கத்தைப் போல கேட்டது. உடனே சன்னலுக்கு அருகே ஓடினான். சன்னலைத் திறந்தான். நீலக் கடல் எதிரே உடலை விரித்துப் படுத்திருந்தது.

"கொள்ளைக்காரர்களுக்கு வாழ மாற்று வழிகள் இல்லை. அவர்கள் தேர்வு கடல் ஒன்றே" என்ற ஆன்காங்க் கூறிய வார்த்தை அந்த இருட்டு உடலிலிருந்து வெடித்தது.

◆◆◆

2013– பிராஜாவாணி சிறுகதைப் போட்டியில் முதல் பரிசு பெற்ற கதை.

– கனலி மின்னிதழ் – நவம்பர் 2021

சிவகுமார் மாவலி

கர்நாடக ஷிவமொக்கா மாவட்டத்தின் சொரபா தாலூக்காவின் மாவலி கிராமத்தைச் சேர்ந்தவர். ஆங்கில இலக்கியத்தில் முதுகலைப் பட்டம் பெற்றவர். தனியார் நிறுவனங்களில் சிலகாலம் வேலை செய்து தற்போது பெங்களூரில் விஜயநகரத்தின் ஆர்.என்.எஸ் கல்லூரியில் ஆங்கில விரிவுரையாளராக இருக்கிறார். 'தேவரு அரெஸ்ட் ஆதா' (கடவுள் அரெஸ்ட் ஆனார்) முதல் கதைத் தொகுப்பு. 'டைபிஸ்ட் நிராகரிசித கதே' (டைபிஸ்ட் நிராகரித்த கதை) இரண்டாம் சிறுகதைத் தொகுப்பு. 'சுபாரி கொலை' என்ற கதை சினிமாவாகிறது. பல இலக்கியக் கட்டுரைகளை எழுதியுள்ளார்.

டைபிஸ்ட் நிராகரித்த கதை

'சார், இந்தக் கதையை நான் டைப் செய்யமாட்டேன். தயவு செய்து தப்பாக நினைக்க வேண்டாம். வேறொருவரிடம் கொடுத்து டைப் செய்துகொள்ளுங்கள்' என்று பயந்துகொண்டே சொல்லி உடனே கால் கட் செய்துவிட்டார் வாடிக்கையான என் டைபிஸ்ட் கோமளம்மா. அவருடைய இந்தச் செயல் எனக்குள் வியப்பை ஏற்படுத்தக் காரணம் என்னவென்றால் இதுவரை நான் அவசரமான பல சமயங்களில் மிகக் குறைந்த நேர அவகாசம் கொடுத்து டைப் செய்யக் கொடுத்தாலும் மிகப் பணிவுடன் டைப் செய்து அனுப்புவார்.

சில சமயம் எழுதிய தாள்களை நேரடியாகக் கொண்டுபோய் கொடுக்கமுடியாமல் போனாலும் அவற்றை போட்டோ எடுத்து அனுப்பினாலும் டைப் செய்து தன் மகனிடமிருந்து இ-மெயில் செய்ய வைக்கும் கோமளம்மா இன்று எதற்கு இப்படிச் செய்கிறார் என்று குழப்பம் அடைந்தேன். எனக்கு இந்தக் கதை அவசரமாக டைப் ஆகவேண்டிய கட்டாயம் ஒன்றும் இருக்கவில்லை. ஆனால் கோமளம்மா எதற்காக இப்படி சொல்லி இருக்கலாம் என்ற ஆர்வம் மட்டும் அதிகமானது. அதனால் அவர் வீட்டுக்குப் போனேன்.

போகும்போது வழியில் நான் இவருக்குக் கொடுக்க பழைய பாக்கி ஏதாவது இருக்கிறதா? அதற்காக இப்படிச் சொன்னாரா என்று யோசித்தேன். ஆனால் அவர் வீட்டுக்குப் போனதும் கதை இருந்த தாள்களை என்

கையில் திணித்து 'வாங்கிக்கங்க சார், என்னால் இதை டைப் செய்ய முடியவில்லை' என்றார். 'ஏன்?' என்று மிரட்டுவதைப் போலக் கேட்டேன்.

'முதல் வரியைப் படித்துக் காட்டுங்கள் சார்' என்றாள் அவள்.

'பிரதிபா தற்கொலை செய்துகொண்டது அவள் அப்பா அம்மாவின் மாரடைப்புக்குக் காரணமாக இருந்தது' என்ற என் கதையின் முதல் வரிக்கும் அவர் நான் கதையை டைப் செய்வதில்லை என்பதற்கும் என்ன சம்பந்தம்? என்று யோசித்துக் கொண்டிருக்கும் போதே அடுத்த வரிகளை அவர் படிக்கத் தொடங்கினார்...

★★★

மிகவும் நல்லவளாக இருந்த, படிப்பில் கெட்டிக்காரியான, பள்ளி நாட்களிலிருந்து கல்லூரிவரை ஒருமுறையும் ஒரு கம்பளைன்ட் கூட இல்லாத பெண் பிரதிபா, படிப்புடன் விளையாட்டு மற்றும் கலாசார செயல்பாடுகளிலும் எப்போதும் முன்னணியில் இருப்பாள். பியூஸி முடித்த பிறகு சட்டக் கல்லூரியில் சேர்ந்தவள் யாரையோ காதலிக்கிறாள் என்ற சின்னதொரு சுளிவு கிடைத்திருந்தாலும் ஒருவேளை அவள் தாய் தந்தையர் கொஞ்சம் எச்சரிக்கை வகித்திருப்பார்களோ என்னமோ. 'Though they live with you, yet they belong not to you' என்பதை கவிஞன் ஜிப்ரான் எவ்வளவு கன கச்சிதமாக சொல்லி இருக்கிறான் அல்லவா? அதிலும் கையில் ஒரு மொபைல் கிடைத்த பிறகோ யார் எந்த உலகத்தில் மிதக்கிறார்கள் என்பதே புரியாத நிலைமை.

ஃபேஸ்புக்கில் அறிமுகமான யாரோ ஒருவன் அன்பாகப் பேசியிருக்கிறான். பிறகு காதலையும் வெளிப்படுத்தி இருக்கிறான். முதலிலிருந்து உள்முக சிந்தனைப்போக்குக் கொண்ட பிரதிபாவுக்கு வர்ச்யுவல் உலகின் இந்தச் சலுகை வியாமோகத்தை ஏற்படுத்தி இருக்கிறது. கேவலம் ஆறு மாத கால அறிமுகம் காதலாக மாறியிருக்கிறது. அல்லது அப்படி பிரதிபா நம்பி இருந்தாள். மனிதனின் ஆர்வம் இந்த ஒரு விஷயத்தில் அல்பாயுசு என்று சொல்ல வேண்டும். ஆர்வம் முடிந்து போவதற்கு முன் இருவரும் சந்திக்க முடிவு செய்துள்ளார்கள். அஞ்ஞாத இடமொன்றில் சந்திக்க நிறைய பேசி இருக்கிறார்கள். பிறகு புறப்படும் நேரம் அவனுடைய உண்மையான குணம்

வெளிவந்தது. அவன் வந்தது சந்திக்க அல்ல அவளை வேட்டையாட என்று. இவள் ஆரம்பத்தில் எதிர்த்திருக்கிறாள். ஆனால் எதிர்க்க, எதிர்க்க தானும் பரவசமடைந்திருக்கிறாள். ஆறு மாத அறிமுகம் ஆறேழு நிமிடங்களில் ஒருவர் முன் ஒருவரை நிர்வாணமாக நிறுத்திவிட்டது.

வீட்டுக்கு வரும் முன் அவன் ஃபேஸ்புக் அக்கௌன்ட் டிலிட் ஆகி இருந்தது. அவ்வளவுதான். பிரதிபா தற்கொலை செய்துகொண்டாள். இப்போது அவள் அப்பா, அம்மா மனம் தளர்ந்து நொடிந்து உட்கார்ந்திருக்கிறார்கள். தங்கள் முன்னால் எப்போதும் பணிவுடனும் விநயமாகவும் நடந்துகொண்ட மகள் இப்போது இல்லை என்ற செய்தி அவர் பங்குக்கு வெறுமையை ஏற்படுத்தியது.

★ ★ ★

'போதும் நிறுத்துங்கள். நானே எழுதிய கதையை நீங்கள் எனக்கே எதற்காக படித்துச் சொல்கிறீர்கள்?' என்று கேட்டு கோமளம்மா கதை படிப்பதை அத்துடன் நிறுத்தினேன்.

அதற்கு அவர், 'முழுவதும் படித்து விடுகிறேன் சார். நீங்கள் எழுதும் கதைகளால் நடக்கும் விபத்துகளைப் பற்றி உங்களுக்கும் ஞானோதயம் ஆகட்டும்' என்று தாள் மீது மீள கண் பதித்தார்.

★ ★ ★

அவன் அகௌன்ட் டிலிட் செய்த காரணத்திற்கு அவள் தற்கொலை செய்துகொண்டாளா என்று யாராவது கேட்பதானால் அதற்கு பதில் இப்படி இருக்கிறது; அவனை சந்தித்து விட்டு மகிழ்சியாக வீடு திரும்பிய பிரதிபாவுக்கு நியூஸ் சானல் ஒன்றில் வரும் பிரேக்கிங் நியூஸ் அச்சத்தை ஏற்படுத்தியது. திரைப்பட நடிகை தன் மீது பிரபல நடிகன் ஒருவனால் பாலியல் கொடூரம் நடந்திருக்கிறது என்று #metoo ஹேஷ் டேக் போட்டு ஃபேஸ்புக்கில் எழுதிக்கொண்டது பெரிய செய்தியானது. அந்த நடிகை பேச்சுக்குப் பேச்சு என்னிடம் எல்லாவற்றிற்கும் ஆதாரம் இருக்கிறது. கால் ரெக்கார்ட்கள், எஸ்எம்எஸ்கள் என்னென்ன சொல்கின்றன என்பதை விசாரணையில் தெரிவிக்கிறேன் என்று அவள் தெளிவான வார்த்தைகளில் சொல்கிறாள்.

அந்தச் செய்தியைப் பார்த்து பிரதிபாவுக்கு தங்கள் இடையே நடந்த எல்லா ஃபோன் அழைப்புகளும், மெசேஜ்களும் நினைவிற்கு வந்தன. தாங்கள் அவற்றை டிலிட் செய்த நினைவும் அவளுக்கு இருக்கிறது. ஆனால் டிவி செய்தியாளர் அடிக்கடி சொன்ன அந்த வார்த்தைகள் அவளை மிகவும் பாதித்திருக்கிறது. 'பார்வையாளர்களே, இன்றைய தினங்களில் எதுவும் பர்சனல் ஆக இல்லை. டிஜிட்டல் உலகத்திற்கு திறந்துகொண்ட ஒவ்வொருவரும் தங்கள் வாழ்க்கையை உலகத்தின் முன் வெட்ட வெளிச்சமாக திறந்து வைப்பது போல. நீங்கள் அனுப்பும் ஒவ்வொரு மெசேஜ், அழைக்கும் ஒவ்வொரு கால்களும், மூடி மறைத்து நடத்தும் உங்கள் சரச சல்லாப உரையாடல்கள் எல்லாம் உங்களுக்கு மட்டுமே தெரிந்திருக்கும் என்று நினைக்க வேண்டாம். அவற்றை யாரோ உங்களுக்குத் தெரியாமல் கூட ஆக்செஸ் செய்ய முடியும். அல்லது உங்கள் ஆளே உறவு கெடும்போது அவற்றை துருபயோகம் செய்யலாம். எச்சரிக்கை பார்வையாளர்களே, எச்சரிக்கை!' இந்த எச்சரிக்கை வார்த்தைகளே அவள் வாழ்க்கைக்கு உலை வைத்து விட்டது. காதலுக்கு பரவசமடைந்து தன்னையே கொடுத்து வந்த அந்த நாள் இப்படியொரு செய்தி மகத்துவம் அடைந்தது அவளுக்கு தாங்க முடியாத ஆதங்கத்திலும், உத்வேகத்திலும், துயரத்திலும் தள்ளி இருக்கிறது. இதுவரை தான் நிறுவி வந்த தன்னுடைய ஆளுமைக்கு முன் ஒருநாள் இந்த வரச்யுவல் உலகத்தின் உறவு கரிப் பூசலாம் என்பதை அவள் ஊகித்திருக்கிறாள். அதனால் உயிரை விடும் கருணையற்ற முடிவிற்கு வந்திருக்கிறாள். ஆனால் இதன் எந்த அறிகுறியும் இல்லாத அவளுடைய தாய் தந்தையர் அவள் இறப்பால் நொடிந்து போனார்கள்.

★★★

அது என் கதையின் கடைசி வரியாக இருந்தது. 'சரி, இப்போது இந்தக் கதையால் அப்படி என்ன நடந்தது உங்களுக்கு? நீங்கள் எதற்கு இதை டைப் செய்ய முடியாது?' என்று கேட்டேன்.

'ஏனென்றால் என் மகளின் பெயர் பிரதிபா. என் மகள் இறந்து விட்டாள் என்பதை நான் எப்படி டைப் செய்வது?' என்று அவள் சொல்ல வேண்டுமா? அதனால் எனக்கு உடனே சிரிப்பு வந்தாலும் பிறகு தயங்கினேன். இதுவரை நான் கொடுத்த எத்தனையோ கதைகளில் சாவு-வலி, கொலை, ரேப், இம்சை,

திகில் எல்லா ரசங்களும் உள்ள பாத்திரங்கள் இருந்திருக்கின்றன. அப்போதெல்லாம் இல்லை என்று சொல்லாத இந்த டைபிஸ்ட தன் மகள் பெயர் பாத்திரம் தற்கொலை செய்துகொண்டது என்ற காரணத்திற்காக கதையை நிராகரிப்பதைப் பார்த்து வேதனையானது. அவரிடம் எந்த தர்க்கமும் செய்யாமல் என் கதையின் தாள்களை கொடுக்குமாறு சைகை செய்து, அவற்றை வாங்கிப் புறப்பட்டேன். ‘சார், என் மகள் நீங்கள் எழுதிய கதைகளை நான் டைப் செய்து வைத்த பிறகு சிஸ்டம்-இல் படிப்பாள். சில கதைகளை திரும்பத் திரும்பப் படித்திருக்கிறாள்' என்ற கோமளம்மா ‘இனி என்னிடம் டைப் செய்யக் கொடுப்பதை நிறுத்தமாட்டீர்களே?' என்று இயலாமைக் குரலில் கேட்டார்.

‘இல்லை' என்றேன்.

அவர் அதை எப்படிப் புரிந்துகொண்டாரோ தெரியவில்லை. வீட்டை விட்டுப் புறப்பட்டு வண்டியை ஸ்டார்ட் செய்யும் முன் யாரோ அவர் வீட்டு டெரஸ் மீது நடந்துகொண்டிருப்பதை கவனித்தேன். இயர்ஃபோன் மாட்டிக்கொண்டு, இந்த உலகின் நினைவே இல்லாமல் பேசிக்கொண்டு ஒய்யாரமாக இங்கும் அங்கும் நடந்துகொண்டிருந்த பெண்ணொருத்தி என் கண் தவறி டெராசின் மூலைக்குப் போய் நின்றாள். பேச்சு நிற்கவில்லை. அந்தப் பெண்ணை நான் கடந்த ஐந்து ஆண்டுகளாகப் பார்க்கிறேன். அவள் பெயர் பிரதிபா என்று தெரிந்துகொண்டேன்.

கோமளம்மா என் கதையை நிராகரித்த நல்ல காரணம் தெரிந்த பிறகு நான் அங்கே அரை நொடி கூட நிற்கவில்லை. அன்றிலிருந்து யோசித்துக்கொண்டே இருக்கிறேன்.

‘இருக்கும் பாத்திரங்களை கதை சொல்பவன் வடிவமைக்கிறானா அல்லது கதை சொல்பவன் உருவாக்கும் பாத்திரங்களே உலகில் இருக்கின்றனவா?'

◆◆◆

கணையாழி, அக்டோபர் 2021